ನನ್ನವಳು

ಪ್ರೇಮಲೋಕದ ಪಯಣಿಗರು

BY

Rathnesh Belman

pencil

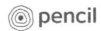

ISBN 978-93-5438-499-8
© Rathnesh Belman 2020
Published in India 2020 by Pencil

A brand of
One Point Six Technologies Pvt. Ltd.
123, Building J2, Shram Seva Premises,
Wadala Truck Terminal, Wadala (E)
Mumbai 400037, Maharashtra, INDIA
E connect@thepencilapp.com
W www.thepencilapp.com

All rights reserved worldwide

No part of this publication may be reproduced, stored in or introduced into a retrieval system, or transmitted, in any form, or by any means (electronic, mechanical, photocopying, recording or otherwise), without the prior written permission of the Publisher. Any person who commits an unauthorized act in relation to this publication can be liable to criminal prosecution and civil claims for damages.

DISCLAIMER: The opinions expressed in this book are those of the authors and do not purport to reflect the views of the Publisher.

Author biography

This story Writtened By Rathnesh Belman

Contents
ಸಣ್ಣಕಥೆ

ಸಣ್ಣಕಥೆ

ಟೇಬಲ್ ಮೇಲೆ ಫ್ರೆಶ್ ಹಣ್ಣು -ಹಂಪಲು ಗಳು,
ರೂಮ್ ತುಂಬಾ ಘಮ ಘಮ್ ಸುವಾಸನೆ, ಬಣ್ಣ ಬಣ್ಣದ
ಹೂವಿನಿಂದ ಮದುವನಗಿತ್ತಿಯಂತೆ ಸಿಂಗಾರಗೊಂಡಿತ್ತು
ನನ್ನ ರೂಮ್.
.
ಬಾಲ್ಕನಿಯಲ್ಲಿ ಚಂದ್ರನ ನೋಡುತ್ತಾ
, ಯಾರಿಗೋ ನಾ ಕಾಯುತ್ತ ನಿಂತಿದ್ದೆ.
ಕೈಯಲ್ಲಿ ಹಾಲಿನ ಲೋಟ ,
ಅಪ್ಸರೆಯಂತೆ ಕಾಣುವ ಮದುಮಗಳು. ಅವಳ ಸುತ್ತ ನನ್ನ
ಅಮ್ಮ, ತಂಗಿ ಹಾಗು ಇನ್ನಿತರರು ಅವಳನ್ನ
ರೇಗಿಸುತ್ತಾ ನನ್ನ ರೂಮಿನ ಬಾಗಿಲ
ಬಳಿ ಕರೆದುಕೊಂಡು ಬಂದು ಕಿವಿಯಲ್ಲಿ
ಏನೂ ಗೊಣಗಿ ರೂಮ್ ನಾ ಒಳನೂಕಿದರು.
“ ಓ ಸಾಹೇಬ್ರು..... ಅಷ್ಟು ಬೇಗಾ ಕನಸಿನ
ಲೋಕಕ್ಕೆ ಹೋದಂತಿದೆ. ಲೋ ಅಣ್ಣಾ ಅತ್ತಿಗೆ
ಇಲ್ಲಿ ಇದ್ದಾರೆ ಕನಸು ಕಾಣುದನ್ನ ಬಿಡು“ ಎಂದು
ನನ್ನ ಮುದ್ದಿನ ತಂಗಿ ಹೇಳಿದ ಕೂಡಲೇ ಅಮ್ಮ
“ನಿಂದು ಏನೆ ತರ್ಲೆ, ನಡೀರಿ ಎಲ್ಲಾ ಹೋಗಿ ಹೋಗಿ “
ಎಂದು ಹೇಳಿ ಎಲ್ಲರನ್ನು ಕಳುಹಿಸಿ ಹೊರಗಡೆಯಿಂದ ಚಿಲಕ
ಹಾಕಿ ಹೋದರು.

ನನ್ನವಳು

ಅವಳು ನನ್ನ ಬಳಿ ಪ್ರೀತಿಯಿಂದ ಹಾಲು
ಕುಡಿಸಿ ನನ್ನ ಮುದ್ದಿಸುವಳು ಎಂದುಕೊಂಡಿದ್ದೆ.
ಆದರೆ ಅವಳು ಸಿಟ್ಟಿನಿಂದ ಬಂದು ಟೇಬಲ್ ಮೇಲೆ
ಹಾಲಿನ ಗ್ಲಾಸ್ ಇಟ್ಟಳು.
ನನಗೆ ಆಶ್ಚರ್ಯವಾಗಿ ಇವಳಿಗೆ ಏನಾಯಿತಪ್ಪ ಮನಸಲ್ಲಿ
ಅಂದುಕೊಂಡು ಅವಳಲ್ಲಿ ಕೇಳಿದೆ " ಯಾಕೆ
ಏನಾಯ್ತು.? ನನ್ನಿಂದ ಏನಾದರೂ ತಪ್ಪಾಗಿದೆಯೇ..?

ಮನಸಲ್ಲಿ ಬೇಜಾರು ,ಸಿಟ್ಟಿನಿಂದ "ನೋಡಿ ನಿಮಗೆ ಸ್ವಲ್ಪ
ಕೂಡ ಮನುಷತ್ವ ಇಲ್ವಾ..? ಹುಡುಗಿಗೆ ಮದುವೆ ಒಪ್ಪಿಗೆ
ಇದ್ದೆಯಾ ಇಲ್ವಾ ಕೇಳಬೇಕು ತಾನೆ..? ನೋಡಿ
ನಾನು ನಿಮ್ಮೊಂದಿಗೆ ಸಂಸಾರ ಮಾಡಲು ಸಾಧ್ಯವಿಲ್ಲ.
ಅದಲ್ಲದೆ ನಾನು ನಿಮ್ಮನ್ನ ಇಷ್ಟಪಟ್ಟು ಮದುವೆಯಾಗಿಲ್ಲಾ.
ಅಪ್ಪನ ಬಲವಂತಕ್ಕೆ ಮದುವೆ " ಎಂದು ಹೇಳಿ ಕಣ್ಣೀರಿಟ್ಟಳು.

"ಅಯ್ಯೋ ಅಳಬೇಡ ಹೇಮಾ . ಸರಿ ಈಗ
ನಿನಗೆ ಮದುವೆ ಇಷ್ಟ ಇರಲಿಲ್ಲ ಅಂತಾ ನನಗೆ ತಿಳಿಯಲೆ,
ನಾನು ನಿನ್ನ ಒಂದು ಮಾತು ಕೇಳಿಲಿಲ್ಲ ಸಾರಿ ಹೇಮಾ "
ಎಂದು ಅವಳಲ್ಲಿ ಕ್ಷಮೆಯಾಚಿದೆ.

(ಅಳುತ್ತಾ ನನ್ನನ್ನೆ ನೋಡುತ್ತ ಇದ್ದಳು.)

"ನಾನು ಒಂದು ಮಾತು ನಿನ್ನ ಕೇಳಬೇಕಿತ್ತು. ಆದರೆ
ನಾನು ಮನೆಯವರಿಗಾಗಿ
ಮದುವೆಯಾಗಬೇಕಾಯ್ತು.ಅಷ್ಟಲ್ಲದೆ ನಿನ್ನ
ತಂದೆ ಹಾಗು ನನ್ನ ತಂದೆ ಬಾಲ್ಯದಿಂದಲೂ ಆತ್ಮೀಯ ಗೆಳ
ಯರು.ಹೌದು ನಿನಗೆ ಯಾಕೆ ಈ ಮದುವೆ ಇಷ್ಟ ಇರಲಿಲ್ಲ"

ಎಂದು ಕೇಳಿದೆ.

"ನೋಡಿ ನಾನು ಅದೆಲ್ಲ ಈಗ ಹೇಳುವ ಸ್ಥಿತಿಯಲ್ಲಿ ನಾನಿಲ್ಲ ದಯವಿಟ್ಟು ಏನನ್ನು ಕೇಳಬೇಡಿ.
ನಾನು ನಿಮ್ಮೊಂದಿಗೆ ಪ್ರೀತಿಯಿಂದ ಜೀವನ ನಡೆಸಲು ಸಾಧ್ಯ ವಿಲ್ಲಾ ನನ್ನಿಂದಾಗಿ ನಿಮ್ಮ ಜೀವನ ಹಾಳಾಗುವುದು ಬೇಡ" ಎನ್ನುತ್ತಾ ಜೋರಾಗಿ ಅತ್ತು ಬಿಟ್ಟಳು.
"ಸರಿ ಸರಿ ನೀನು ಅಳಬೇಡ ಕಣೆ,
ನೀನು ಹೇಳಿದ ಹಾಗೆ ಆಗಲಿ .
ಇನ್ನು ಮುಂದೆ ನಾನು ನೀನು ಒಳ್ಳೆ ಗೆಳೆಯರಾಗಿರುವ.
ಆದರೆ ಒಂದು ಮಾತು ಈ ವಿಷಯ ನಮ್ಮ ತಂದೆ - ತಾಯಿಗೆ ಈಗಲೇ ಗೊತ್ತಾಗುವುದು ಬೇಡ.
ಒಳ್ಳೆ ಸಮಯ ನೋಡಿಕೊಂಡು ಎಲ್ಲಾ ವಿಷಯವನ್ನು ಅವ ರಿಗೆ ತಿಳಿಸುವ. ಇನ್ನು ಮುಂದೆ
ನಾವು ಹೊರಪ್ರಪಂಚಕ್ಕೆ ಅಷ್ಟೇ ಗಂಡ - ಹೆಂಡತಿ ನಿನಗೆ ಇದು ಒಪ್ಪಿಗೆ ತಾನೆ " ಎಂದೆ.
ಅದಕ್ಕೆ ಅವಳು " ಹಾ ಒಪ್ಪಿಗೆ ಇದೆ.
ಆದರೆ ಒಂದು ನೀನು ಎಲ್ಲಿ ಮಲಗುತ್ತೀಯಾ" ಅಂಜಿಕೆಯಿಂ ದ ಕಿರುಧ್ವನಿಯಲ್ಲಿ ಕೇಳಿದಳು.

"ನಾನು ಇಲ್ಲಿ ಮಂಚದಲ್ಲೆ ಮಲಗುತ್ತೇನೆ,
ನೀನು ಇಲ್ಲಿಯೇ ಮಲಗುವ್ವು, ನಮ್ಮ ಮೇಲೆ ನಂಬಿಕೆ ಇದೆ ತಾನೆ . ಸರಿ ಮದ್ಯದಲ್ಲಿ ದಿಂಬು ಹಾಕಿ ಮಲಗುವ"
ಎಂದು ಹೇಳಿದ ಕೂಡಲೇ ಅವಳು ಹೋಗಿ ದಿಂಬು ಮಧ್ಯದ ಲ್ಲಿ ಹಾಕಿದಳು..

"ನೀನು ಇದರ ಬಗ್ಗೆ ಹೆಚ್ಚು ಚಿಂತಿಸಬೇಡ ,

ಸರಿ ನೀನು ಹಾಲು ಕುಡಿದು ಮಲಗು "ಎಂದು ಹೇಳಿ ಮುಗಿ ಸುವಷ್ಟರಲ್ಲಿ ಪಾಪ ಆಕೆ ಮಲಗಿಯೇ ಬಿಟ್ಟಿದ್ದಳು.
ನಾನು ಬಾಲ್ಕನಿಯಲ್ಲಿ ನಿಂತು
ಅವಳ ನೋಡುತ್ತಾ "ಪಾಪ ಎಷ್ಟು ಮುಗ್ಧ ಹುಡುಗಿ, ಮನಸ್ಸು ಮಗು ತರ, ಮಲಗಿರೋದು ನೋಡು
ಅದೆಷ್ಟೋ ವರ್ಷದಿಂದ ಮಲಗಿಲ್ಲ ಅನ್ನೋ
ಹಾಗೆ. ಎಷ್ಟೊಂದು ಮುಗ್ಧ ಹೆಣ್ಣು" ಎಂದು
ಯೋಚಿಸುತ್ತಿರುವಾಗ ಅವಳ ಮೊಬೈಲ್ ಗೆ ಒಂದು ಕರೆ ಬಂತು. ಕುಂಭಕರಣಿ ತರ ಮಲಗಿದ್ದಳು
ಹೇಮಾ.ಪಕ್ಕದಲ್ಲಿ ಬಾಂಬ್ ಬಿದ್ದರು ಗೊತ್ತಾಗದಾಗೆ. 2-3 ಸಲ ರಿಂಗ್ ಆದರೂ ಅವಳಿಗೆ ಎಚ್ಚರವಾಗಲೆ ಇಲ್ಲಾ.

ಇನ್ನೇನು ಮಾಡುವುದು ನಾನೇ ಸ್ವೀಕರಿಸಿದೆ, ನಾನು ಹಲೋ ಅನ್ನೋಷ್ಟರಲ್ಲಿ ಆ ಕಡೆಯಿಂದ " ಕಂಗ್ರಾಟ್ಸ್ ಹೇಮಾ
..ನಿನಗೊಂದು ಗುಡ್ ನ್ಯೂಸ್ ಕಣೆ ,ನೀನು ಅವತ್ತು
ನೀನು ನಿನ್ನ ಡಿಸೈನ್ಗಳನ್ನು "ದಿ ಬೆಸ್ಟ್ ಫ್ಯಾಷನ್ ಡಿಸೈನ್ ಆ ದಿ ಇಂಡಿಯಾ "
ಕಾಂಪಿಟೇಷನ್ಗೆ ಸಬ್ಮಿಟ್ ಮಾಡಿದ್ಯಲ್ಲಾ ಅದೆಲ್ಲಾ ಸೆಲೆಕ್ಟ್ ಆ ಗಿದೆ ಮುಂದಿನ ವಾರ ಅದರ ಕಾಂಪಿಟಿಷನ್ ಇದೆ.
ನೀನು ಊರಿಂದ, ಯಾವಾಗ ಬೆಂಗಳೂರಿಗೆ ಬರ್ತಿಯಾ
" ಎಂದು ಹೇಮಾಳಾ ಗೆಳತಿ ಸೋನು ಹೇಳಿದಳು.
"

ಹಲೋ ಇದು ಹೇಮಾ ಅಲ್ಲ ಅವಳ ಗಂಡ ಮಾತಾಡ್ತಾ ಇ ರೋದು ನೀವು ಹೇಳಿದ್ದು ನಿಜಾನಾ. ನನಗೆ ಇದರ ಬಗ್ಗೆ ತಿಳಿದಿಲ್ಲ ದಯವಿಟ್ಟು ಸ್ವಲ್ಪ ತಿಳಿಸುವಿರಾ "ಎಂದು ನಾನು ಸೋನುವಿನಲ್ಲಿ ಕೇಳಿದೆ.

ನನ್ನವಳು

" ಹೇಮಾಗೆ ಮದುವೆ ಆಯ್ತಾ ,
ನನಗೆ ಅವಳು ಒಂದು ಮಾತು ಹೇಳಿಲ್ಲಾ.
ಅಂತೂ ನೀವು ಕೊನೆಗೂ ಮದುವೆ ಅದಿರಲ್ಲ ಮದನ್,
ಕಾಂಗ್ರ್ಯಾಟ್ಸ್ ಅವಳು ಹೇಳಿ ಮುಗಿಸುವಷ್ಟರಲ್ಲಿ,
" ಮೇಡಂ, ಮೊದಲನೆಯದಾಗಿ ನಾನು ಮದನ್ ಅಲ್ಲಾ,
ನಾನು ರತ್ನೇಶ್, ನಿಮ್ಮ ಹೆಸರೇನು ,ನೀವು ಹೇಳಿದ್ದು ನಿಜಾನಾ
ಅವಳು ಸೆಲೆಕ್ಟ್ ಅದಾಳ. " ಎಂದು ಅವಳಿಗೆ ಕೇಳಿದೆ.
ಅದಕ್ಕೆ ಅವಳು "ನಾನು ಸೋನು, ಹೇಮಾಳಾ ಗೆಳತಿ ನಾವು
ಒಟ್ಟಿಗೆ ಕಲಿತವರು, ಅವಳು ಇಂಡಿಯಾದ ಅತಿ ದೊಡ್ಡ
ಫ್ಯಾಷನ್ ಡಿಸೈನ್ ಕಾಂಪಿಟೇಷನ್ ಗೆ ಆಯ್ಕೆ ಆಗಿದ್ದಾಳೆ. ಇದು
ಅವಳ ಅತಿ ದೊಡ್ಡ ಕನಸು. ಆದರೆ ಆ ಕನಸು
ಜಾಸ್ತಿ ಉಳಿಯಲಿಲ್ಲಾ. ಹೌದು ನಿಮಗೆ ಅವಳು ಏನೂ
ಹೇಳಲೆ ಇಲ್ವಾ. " ಎಂದಳು ಸೋನು.

"ಓಹೋ ಹೌದೇ, ನೀವು ನನಗೆ
ಒಂದು ಸಹಾಯ ಮಾಡುತ್ತೀರಾ, ದಯವಿಟ್ಟು ಈ ವಿಷಯ
ಅವಳಿಗೆ ತಿಳಿಸಬೇಡಿ, ನಾನು ಅವಳಿಗೆ ಸರ್ಪ್ರೈಸ್ ಕೊಡಬೇಕು
ಅಂತಾ ಇದ್ದೇನೆ,
ಅವಳು ಯಾವತ್ತೂ ಖುಷಿಯಾಗಿರಬೇಕು. ಯಾಕೋ ತುಂಬಾ
ಬೇಸರದಲ್ಲಿದ್ದನ್ನು ನಾನು ಕಂಡಿರುವೆ ಏನೊ ಆಗಿದೆ
ಅವಳ ಬದುಕಲ್ಲಿ ಅನ್ನೋದನ್ನ ನಾನು ತಿಳಿದಿರುವೆ
.ಹೌದು ಈ ಮದನ್ ಯಾರೂ,ಅವಳ
ಬದುಕಿನಲ್ಲಿ ಏನಾಗಿದೆ ಅಂತದ್ದು ನೀವು ನನಗೆ ಒಂದು ದಿನ
ಸಿಗಬಹುದೇ, ಎಲ್ಲಾ ವಿಷಯ ತಿಳಿಸಬಹುದೇ...? ,
ನಿಮ್ಮ ಫೋನ್ ನಂಬರ್ ಕೊಡಿ ಎಂದು ಅವಳಲ್ಲಿ ಕೇಳಿದೆ.

"ಸರಿ "

ಎಂದು ಹೇಳಿ ಸೋನು ನಂಬರ್ ಕೊಟ್ಟು ಫೋನ್ ಇಟ್ಟಳು.
ನಾನು ಹೋಗಿ ಮಲಗಿದೆ.

ಸಮಯ ಬೆಳಿಗ್ಗೆ 5.00ಗಂಟೆ.
ಹೇಮಾ ಇನ್ನು ಏಳಲೆ ಇಲ್ಲಾ. ನಾನು ಎದ್ದು ಸ್ನಾನ ಮುಗಿಸಿ ಫ್ರೆಶ್ಅಪ್ ಆಗಿ ಬಂದೆ. ಆದರೆ ಹೇಮಾ ಆಗಲು ಏಳಿರಲಿಲ್ಲ. ಇನ್ನು ಲೇಟ್ ಆದರೆ ಮನೆಯಲ್ಲಿ ಬಗ್ಗೆ ಏನೂ ಅಂದು ಕೊಳ್ಳಬಹುದು ಎನ್ನುತ್ತಾ ಅವಳ ಎಚ್ಚರಿಸುವ ಪ್ರಯತ್ನ ಮಾಡಿದೆ ಆದರೆ ಅವಳು ಎಷ್ಟೇ ಎಬ್ಬಿಸಿದರು ಏಳಲೆ ಇಲ್ಲಾ. ಒಂದು ಲೋಟ ನೀರು ತಂದು ಅವಳ ಮುಖಕ್ಕೆ ಹಾಕಿದೆ. ಒಮ್ಮೆಲೇ ಎದ್ದು "ಯಾರೂ ನೀನು ನನ್ನ ರೂಮಲ್ಲಿ ಏನ್ ಮಾಡ್ತಾ ಇದ್ದೀಯ" ಎಂದು ಕಿರಿಚಿದಳು.
ತಕ್ಷಣವೆ ಅವಳ ಬಾಯಿ ಮುಚ್ಚಿ, "ನಾನು ನಿನ್ನ ಗಂಡ ಕಣೆ, ನಿನ್ನೆ ಏನಾಗಿದೆ ಎನ್ನುದನ್ನ ನೆನಪಿಸಿಕೊ" ಎಂದ
ತಕ್ಷಣ ಸುಮ್ಮನಾದಳು ಹೇಮಾ.
"ಸರಿ ನೀನು ಈಗ ಫ್ರೆಶ್ ಅಪ್ ಆಗಿ ಬಾ. ದೇವರ ಪೂಜೆ ಮಾಡಬೇಕು, ಹಾಗು ದೇವಸ್ಥಾನಕ್ಕೆ ಹೋಗಿ ಬರಲಿಕ್ಕೆ ಉಂಟು "ಅಂತಾ ಹೇಳಿ ಅವಳು ಫ್ರೆಶ್ ಅಪ್ ಆಗಿ ಬರುವ ತನಕ ಕಾದೆ ಒಂದು ಎಷ್ಟು ಹೊತ್ತು ಬಾತ್ರೂಮ್ಗೆ ಹೋದವಳ ಪತ್ತೆ ಇರಲಿಲ್ಲ. ಮೆಲ್ಲನೆ ಕೂದಲು ಕೆದರುತ್ತಾ ಬಂದಳು. ಇನ್ನು ತಲೆ ಬಾಚಿ ಎಲ್ಲಾ ಆಗಿ ನಾವು ದೇವರ ಕೋಣೆಗೆ ಬಂದು ದೇವರ ಪೂಜೆ ಮಾಡಿ ಬಳಿಕ ದೇವಸ್ಥಾನಕ್ಕೆ ಹೋಗಿ ಬಂದೆವು.

ನನ್ನವಳು

ನಾವೆಲ್ಲಾ ಒಟ್ಟಿಗೆ
ಕುಳಿತು ಊಟ ಮಾಡುತ್ತ ಇದ್ದೆವು. ನಾನು ಅಪ್ಪನ ಬಳಿ "
ಅಪ್ಪ ನಾವು ನಾಳೆ ಬೆಂಗಳೂರಿಗೆ ಹೋಗಬೇಕು,
ನನಗೆ ಆಫೀಸ್ನಿಂದ ಕಾಲ್ ಬಂದಿತ್ತು ,
ನಾನು ನಾಳೆ ಹೋಗಲೇ ಬೇಕು ಕೆಲವು ದಿನದಿಂದ ಬಾಕಿ ಉಳಿದ ಕೆಲಸ ಮುಗಿಸಬೇಕು ಅದಲ್ಲದೆ ನಾಳದ್ದು ಬೇರೆ ಹೆಡ್ ಆಫೀಸ್ ನಿಂದ ಆಫೀಸರ್ ಬರ್ತಾರೆ.
ಅವರು ಹೇಗೆ ಅಂತಾ ನಿಮಗೆ ಗೊತ್ತು ತಾನೆ ಅಪ್ಪ.
"ಎಂದೆ ನಾನು ಅದಕ್ಕೆ ಅಮ್ಮ "ಅಲ್ರೋ ಮದುವೆ ಆಗಿ ಎರಡು ದಿನಕ್ಕೆ ಹೊರಡೋದ,
ಬೇಡ ಒಂದು ವಾರ ಆದ್ಮೇಲೆ ಬೇಕಾದರೆ ಹೋಗು "
ಎಂದರು ಅಮ್ಮ.
"ಇರ್ಲಿ ಬಿಡು ಕಣೆ, ಅವರು ಹೋಗಲಿ, ಅವರಿಗೂ ಸ್ವಲ್ಪ ಪ್ರೈವಸಿ ಸಿಗುತ್ತೆ, " ಎಂದು ಅಮ್ಮನನ್ನು ಅಪ್ಪ ಸಮಾಧಾನ ಮಾಡಿದರು.
"ನಿಂಗೆ ಯಾವುದೆಲ್ಲಾ ಬಟ್ಟೆ ಬೇಕು ಅದೆಲ್ಲಾ ತೆಗೆದುಕೊಳ್ಳು,
ಏನೆಲ್ಲಾ ಬೇಕು ಅದೆಲ್ಲಾ
ಇವತ್ತೇ ಪ್ಯಾಕ್ ಮಾಡ್ಕೋ "ಅಂತಾ ಹೇಳಿದ್ದೆ ತಡ ಮೊದಲೆ ಸಿಟ್ಟಲ್ಲಿದ್ದ ಹೇಮಾ ಅರ್ಧಕ್ಕೆ ಊಟ ಬಿಟ್ಟು,
ಎದ್ದು ರೂಮಿಗೆ ಹೋದಳು.
"ನೋಡೇ ಅವಳಿಗೆ ಎಷ್ಟೊಂದು ಖುಷಿ,
ಊಟಕೂಡಾ ಬೇಡ ಅವಳಿಗೆ ಈಗ "
ಎಂದು ರೇಗಿಸುತ್ತ ಇದ್ದರು ಅಪ್ಪ.

ನಾನು ಹೇಮಳಾ ಹಿಂದೆಯೇ ರೂಮಿಗೆ ಹೋದೆ. " sorry ಕಣೆ, ಆದ್ರೆ ನಾವು ಇಲ್ಲಿದಷ್ಟು ನಮ್ಮ ತಂದೆ ತಾಯಿಗೆನೇ ತೊಂದರೆ, ಅವರಿಗೆ ಏನಾದ್ರು ವಿಷಯ ಗೊತ್ತಾದ್ರೆ ಅಂತಾ ಅದಕ್ಕೆ

ನಾವು ಈಗ ಬೆಂಗಳೂರಿಗೆ
ಹೋಗಬೇಕು "ಅಂತೆಲ್ಲಾ ಹೇಳಿ ಸಮಾಧಾನ
ಪಡಿಸಿದೆ ಅವಳನ್ನ.

ಮಾರನೇ ದಿನ ನಾವು ಅಪ್ಪ ಅಮ್ಮನಾ ಆಶೀರ್ವಾದ ಪಡೆದು,
ದೇವರಿಗೆ ಕೈ ಮುಗಿದು ಬೆಂಗಳೂರಿಗೆ ಹೊರಟೆವು.
ಉಡುಪಿಯಿಂದ ಶುರುವಾಗಿತ್ತು ನನ್ನವಳೊಂದಿಗೆ ನನ್ನ ಹೊಸ ಪ್ರೇಮದ ಪಯಣ.

ತುಂಬಾ ಲಾಂಗ್ ಜರ್ನಿ ಅದರಿಂದ ಪಾಪ ಆಕೆಗೆ ನಿದ್ರೆ ಬಂದಿತ್ತು.
ಗೂಬೆ ಮಲಗುತ್ತಾ ನನ್ನ ಹೆಗಲ ಮೇಲೆ ತಲೆಯಿಟ್ಟು ಮಲಗಿದ್ದಳು. ನನ್ನ ಮನಸಿನೊಳಗೆ ಏನೂ ಖುಷಿ. ಆದರೆ
ಅದನ್ನು ತೋರಿಸಿಕೊಳ್ಳುವಂತಿಲ್ಲಾ. ಅಂತೂ ಇಂತೂ ನಮ್ಮ
ಪ್ರಯಾಣ ಬೆಂಗಳೂರಿಗೆ ಬಂದು ತಲುಪಿತು, ಕುಂಭಕರಿಣಿ
ಇನ್ನು ಎದ್ದೆ ಇಲ್ಲಾ. ನಾನು ಹಾಗು ಹೀಗೂ ಎಬ್ಬಿಸಿದೆ,
ಎಲ್ಲಾ ಲಗೇಜ್ ನಾನೇ ತರುವೆ ನೀನು ಹೋಗಿ ಬೀಗ ತೆಗೆ
ನೋಡು ಆ ಫಸ್ಟ್ ಫ್ಲೋರ್
ನಲ್ಲಿ ನಿನಗೆ ಅಲ್ಲೊಂದು ರೂಮ್ ಕಾಣಿಸ್ತಾ
ಇದೆಯಲ್ಲ ಅದುವೇ ನಮ್ಮ ರೂಮ್ " ಅಂದೆ.

"ಇಲ್ಲಾ ಇಲ್ಲಾ ಅದೆಲ್ಲಾ ಆಗುದಿಲ್ಲ ."ಎಂದಳು ಹೇಮಾ.
"ಹೌದ ಆಗಲ್ವ,
ಸರಿ ನಾನು ಹೋಗಿ ರೂಮ್ ಬಾಗಿಲು ತೆಗೆಯುತ್ತನೇ "ಎಂದು
ಹೇಳಿ ರೂಮಿನತ್ತ ನಡೆದೆ. ಪಾಪಚ್ಚಿ ನನ್ನ ಮತ್ತು ಅವಳ
ಲಗೇಜ್ ಎತ್ತಿ ಕೊಂಡು ಕಷ್ಟ ಪಟ್ಟು ಹೆಜ್ಜೆ ಇಡುತ್ತಾ ಬರುತಿ

ದ್ದಳು. ನಾನು ಮೆಲ್ಲನೆ ಹೋಗುತ್ತಿದೆ.
ಒಮ್ಮೆಲೆ ಕಾಲು ಎಡವಿ ಬಿದ್ದಳು ಹೇಮಾ.ಓಡಿ ಬಂದೆ "
ಏನಾಯ್ತು ಹೇಮಾ. ನಿನಗೆ ಹೇಳಿದ್ದೆ,
ನೀನು ಕೇಳಲೇ ಇಲ್ಲಾ ಈಗ ನೋಡಿದ್ಯಾ ಏನಾಯಿತು ಅಂ
ತಾ. ಅವಳ
ಕಾಲು ಉಜ್ಜಿ ಅವಳನ್ನ ಎತ್ತಿಕೊಂಡು ರೂಮಿನ ಬಳಿ ಬಂದೆ.
ರೂಮ್ನಾ ಬೀಗ ತೆಗೆದು ಅವಳನ್ನ ಸೋಫಾದಲ್ಲಿ ಮಲಗಿಸಿ.
ನಾನು ಲಗೇಜ್ ಎಲ್ಲಾ ತಂದು ಒಳಗೆ ಇಡುತ್ತಾ ಇದ್ದಾರೆ
ಪಾಪಚ್ಚಿ ನನ್ನೆ ನೋಡುತ್ತಾ ಇದ್ದಳು. "
ಅದೇನೇ ನನ್ನ ತಿನ್ನುವ
ಹಾಗೆ ನೋಡ್ತಾ ಇದ್ದೀಯ ಏನಾಯ್ತೆ? " ಎಂದೆ ನಾನು.

"ಅದು ಏನಿಲ್ಲ, ನೀವು ಯಾಕೆ ನನ್ನ ಎತ್ತಿ
ಕೊಂಡು ಬಂದದ್ದು," ಎಂದು ನನ್ನ ಪ್ರಶ್ನಿಸಿದಳು ಹೇಮಾ.
" ಇನೇನು ಅಲ್ಲಿಯೇ ಬಿಟ್ಟು ಬರಬೇಕಿತ್ತಾ.
ನಿಂಗೆ ಕಾಲು ಎಡವಿ ಬಿದ್ದದ್ದು ಕಾಲಲ್ಲಿ ಗಾಯ ಆದದ್ದು
ಗೊತ್ತಿಲ್ವ. ನಿನ್ನಿಂದ ನಡಿಯೋಕೆ ಬೇರೆ ಆಗಲ್ಲ,
ಅಷ್ಟೊಂದು ಮೆಟ್ಟಲೇರಿ ನೀನು ಬರ್ತಿಯಾ. ಸರಿ ನೀನು ಈ
ಗ ಮೊದಲು
ಫ್ರೆಶ್ ಆಗು ಅಷ್ಟರಲ್ಲಿ ನಾನು ಅಡುಗೆ ಮಾಡುವೆ ನಂತರ
ಊಟ
ಮಾಡಿ ನೀನು ರೆಸ್ಟ್ ಮಾಡು ಹೇ ಇನ್ನೊಂದು ವಿಷಯ ಕಣೆ
ಫ್ರೆಶ್ ಅಪ್ ಆದ್ಮೇಲೆ ಗಾಯಕ್ಕೆ ಫಸ್ಟ್ ಏಡ್ ಮಾಡು
.ಏನಾದರೂ ಬೇಕಾದರೂ ನನ್ನ ಕೇಳು." ಎಂದೆ.

ನಾನು ಅಡುಗೆ ಮುಗಿಸುವಷ್ಟರಲ್ಲಿ ಹೇಮಾ ಫ್ರೆಶ್ ಅಪ್ ಆಗಿ
ಗಾಯಕ್ಕೆ ಫಸ್ಟ್ ಏಡ್ ಬೆಡ್ ಮೇಲೆ ಮಲಗಿದ್ದಳು. ನಾನು ಊಟ

ತಂದು ಅವಳನ್ನ ಎಬ್ಬಿಸಿ ಊಟ ಮಾಡಿಸಿ,
ಅವಳನ್ನ ಮಲಗಿಸಿ, ನಾನು ಸೋನು ವಿಗೆ ಕರೆ
ಮಾಡಿ ಅವಳನ್ನ ಕಾಫಿ ಕೆಫೆಗೆ ಬರಲು ಹೇಳಿ, ನಾನು ಮನೆ
ಯಿಂದ ಹೊರಟೆ.

ಕಾಫಿ
ಕೆಫೆಯಲ್ಲಿ ನಾನು ಮತ್ತು ಸೋನು ಒಂದು ಟೇಬಲ್ ನಲ್ಲಿ
ಕುಳಿತು ಕಾಫಿ ಕುಡಿಯುತ್ತಾ ಅವಳಲ್ಲಿ ಕೇಳಿದೆ "ನೀವು
ನಿನ್ನೆ ಹೇಳಿದ್ದು ನಿಜವಾ, ಅಲ್ಲಾ ನನಗೆ
ಅವಳು ಫ್ಯಾಷನ್ ಡಿಸೈನರ್ ಅಂತಾ ಗೊತ್ತೇ ಇರಲಿಲ್ಲಾ.
ಮುಂದಿನ ವಾರ ಕಾಂಪಿಟೇಷನ್ ನಾನು ಅವಳನ್ನ ಕರೆದು
ಕೊಂಡು ಬರುತ್ತೇನೇ ಅವಳಿಗೆ ಈ
ಪ್ರೈಜ್ ಬಂದಿರುವ ವಿಷಯ ತಿಳಿಸಬೇಡಿ ಹಾಗು ನಾನು ಅವ
ಳಿಗೊಂದು ಫ್ಯಾಷನ್ ಡಿಸೈನ್ ಸಂಸ್ಥೆ ಮಾಡಿಕೊಡುವೆ ನೋ
ಡಿ ನನಗೆ ಅದರ ಬಗ್ಗೆ
ಮಾಹಿತಿ ಇಲ್ಲಾ ಅದಕ್ಕೆ ನಿಮ್ಮ ಸಹಾಯದ ಅಗತ್ಯವಿದೆ "
ಎಂದು ಹೇಳಿದೆ ಅದಕ್ಕೆ ಸೋನು ಒಪ್ಪಿಗೆ ಕೊಟ್ಟರು.
"ಹೌದು ನೀವು ನಿನ್ನೆ ಮದನ್
ಅಂತಾ ಹೇಳಿದ್ರುಲ್ಲ ಅದು ಯಾರೂ? "
ಸೋನುವಿನಲ್ಲಿ ಕೇಳಿದೆ.
"ಅದೊಂದು ದೊಡ್ಡ
ಕಥೆ. ಹೇಮಾ ಮತ್ತು ಮದನ್ ಫ್ಯಾಷನ್ ಡಿಸೈನ್ ಕಲಿಯು
ವಾಗಿನಿಂದ ಪರಿಚಯ. ಇವರು ತುಂಬಾ ಪ್ರೀತಿಸುತ್ತಿದ್ದರು.
ಅವನ ಬಗ್ಗೆ ಹಿಂದೆ ಮುಂದೆ, ನೋಡದೆ -

ಕೇಳದೆ ಪ್ರೀತಿ ಮಾಡುತ್ತಿದ್ದಳು . ಎರಡು ತಿಂಗಳು ಪ್ರೀತಿ ಏನೊ ಚೆನ್ನಾಗಿತ್ತು,ಅಂದು ಅವಳ ಹುಟ್ಟುಹಬ್ಬ ನಾವೆಲ್ಲಾ ಸಣ್ಣದಾಗಿ ಒಂದು ಹೋಟೆಲ್ ನಲ್ಲಿ ಪಾರ್ಟಿ ಅರೆಂಜ್ ಮಾಡಿದ್ದೆವು. ಅವಳು ವಾಶ್ ರೂಮ್ ಗೆ ಹೋಗುತಿರುವಾಗ ಮದನ್ ಒಬ್ಬಳು ಹುಡುಗಿಯೊಟ್ಟಿಗೆ ಭುಜಕ್ಕೆ ಕೈ ಹಾಕಿ ಹೋಗುದನ್ನ ಇವಳು ಕಂಡಳು. ಅವನ ನ್ನು ಕಂಡು ಇವಳು ಅವನ ಹಿಂದೆಯೆ ಹೋಗಿ ನಿಲ್ಲಿಸಿ , ಹೇ ಮದನ್ ಇದೆಲ್ಲಾ ಏನು..?
? ಯಾರಿವಳು...? ಅಂತೆಲ್ಲಾ ಅವನಲ್ಲಿ ಪ್ರಶಿಸಿದಾಗ ನೀನು ಯಾರೂ,
ನನ್ನಿಂದ ಏನಾಗಬೇಕು ಎಂದು ಪರಿಚಯವಿಲ್ಲದಂತೆ ನಟಿಸಿದ.ಪಾಪ ಮೃದುಮನಸ್ಸಿನ ಹುಡುಗಿ ಅಳುವು ತಡೆಯ ಲಾಗದೆ ವಾಶ್ ರೂಮ್ ಹೋಗಿ ಅಳುತ್ತಲ್ಲಿದ್ದಳು. ನಾನು ಅವಳನ್ನ ಹಿಂಬಾಲಿಸಿದೆ ನಂತರ ಅವಳಿಗೆ ಸಮಾಧಾನ ಪಡಿಸಿ ನನ್ನ ಮನೆಗೆ ಕರೆದುಕೊಂಡು ಬಂದೆ . ನಂತರ ಆ ಕಾಲೇಜು ಬಿಟ್ಟು ನಾವು ಬೇರೆ
ಕಾಲೇಜು ಸೇರಿ ನಮ್ಮ ಫ್ಯಾಷನ್ ಡಿಸೈನ್ ಕೋರ್ಸ್ ಮುಗಿಸಿ ನಾವು job ಗೆ ಸೇರಲು ನಾವು
ಒಂದು ಡಿಸೈನ್ ರೆಡಿ ಮಾಡಿದ್ದೆವು
ಆದರೆ ಹೇಮಾಳಿಗೆ ತನ್ನದೇ ಅದ ಸಂಸ್ಥೆ ಕಟ್ಟುವ ಬಯಕೆ. ಆವಾಗ ನಮಗೊಂದು ಈ ಅವಕಾಶ ಸಿಕ್ಕಿದ್ದು,
ಹೀಗೆ ಸೋಶಿಯಲ್
ಮೀಡಿಯಾದಲ್ಲಿ ಅಡ್ವಟೈಸಿಮೆಂಟ್ ನೋಡಿದಳು ಹೇಮಾ. ಈ ಕಾಂಪಿಟೇಷನ್ನ ನಾವು ಯಾಕೆ ನಮ್ಮ ಡಿಸೈನ್ ಕಳುಹಿಸ ಬಾರದು ಎಂದು ಹೇಳಿ ಒತ್ತಾಯ ಮಾಡಿಸಿ ನಾವು ನಮ್ಮ ಡಿ ಸೈನ್ ಕಳುಹಿಸಿದೆವು.
ಆದರೆ ಕಳುಹಿಸಿದ ಎರಡು ದಿನದ ನಂತರ ಅವಳ ತಂದೆಗೆ

ನನ್ನವಳು

ಹುಶಾರ್ ಇಲ್ಲಾ ಅಂತಾ ಊರಿಗೆ ಹೋಗಿದ್ದಳು.
ಅನಂತರ ಅವಳು ಬೆಂಗಳೂರಿಗೆ ಬಂದದ್ದು ಇವತ್ತೆ.
ಅದಕ್ಕಾಗಿಯೆ ಅವಳು ತುಂಬಾ ಬೇಸರದಲ್ಲಿದ್ದಾಳೆ.
ಒಂದು ಕಡೆ ಪ್ರೀತಿಸಿದ ಹುಡುಗನಿಂದ ಮೋಸ ಇನ್ನೊಂದು ಕಡೆ ತಂದೆಗೆ ಹುಷಾರು ಇಲ್ಲಾ,
ಮತ್ತೊಂದು ಕಡೆ ತನ್ನ ಆಸೆ ಈಡೇರಲಿಲ್ಲಾ ಅನ್ನೋ ಬೇಜಾರು." ಎಂದು ಸೋನು ಹೇಮಾಳಾ ಕಥೆ ತಿಳಿಸಿದಳು.
"ಹಾಹಾ ಮತ್ತೊಂದು ವಿಷಯ ನಮ್ಮ ಈ ಕಾಂಪಿಟೇಷನ್ ಇರೋದು ಅವಳ ಹುಟ್ಟುಹಬ್ಬದಂದು "ಎಂದಳು ಸೋನು.

"ಇಷ್ಟೆಲ್ಲಾ ಕಥೆ ನಡೆದಿತ್ತೆ,
ಶೇ ನಾನು ಅವಳನ್ನು ಅವಳನ್ನ ಒಂದು ಮಾತು ಕೇಳದೆ ಮದುವೆ ಅದೆ. ನಾನು ದೊಡ್ಡ ತಪ್ಪು ಮಾಡಿದೆ ಅನ್ನಿಸುತ್ತೆ.
ಸರಿ ಆದದ್ದು ಆಯಿತು ಇನ್ನಾದರೂ ಅವಳು ಖುಷಿಯಾಗಿರಬೇಕು, ಅವಳ ಕನಸನ್ನು ನಾನು ನಿಜ ಮಾಡುವೆ "ಎಂದೆ ನಾನು .
"ಆಗುದೆಲ್ಲ ಒಳ್ಳೆಯದಕ್ಕೆ. ನಿಮ್ದು ಏನು ತಪ್ಪಿಲ್ಲ,
ನಿಮ್ಮಂತ ಒಳ್ಳೆ ಗಂಡ ಸಿಕ್ಕಿದು ಅವಳ ಪುಣ್ಯ."
ಸೋನು ಹೀಗೆ ಹೇಳುತಿರುವಾಗ ಅವಳಿಗೆ ಒಂದು ಕರೆ ಬಂತು
.

"ಬಂಗಾರು ನೀನು ನನಗೆ ನಿನ್ನೆ ಕಾಲ್ ಮಾಡಿದ್ಯಾ,
ಯಾರೂ ನಿನ್ನೊಂದಿಗೆ ನಿನ್ನೆ ಮಾತಾಡಿದ್ದು,
ಏನು ವಿಷಯಕ್ಕೆ ಕಾಲ್ ಮಾಡಿದ್ದು.
"ಎಂದು ಹೇಮಾ ಸಾವಿರ ಪ್ರಶ್ನೆಗಳ ಸುರಿಮಳೆ ಒಮ್ಮೆಲೇ

ಸೋನುವಿಗೆ ಸುರಿಸಿದಳು. "ಅರೆ ಅರೆ ಸ್ವಲ್ಪ ನಿಲ್ಲೆ ,
ಇಷ್ಟೊಂದು ಪ್ರಶ್ನೆ ಕೇಳಿದರೆ ನಾನು ಯಾವುದಕ್ಕೆ ಅಂತ ಉ
ತ್ತರಿಸಲಿ.ಸ್ವಲ್ಪ ತಾಳ್ಮೆ ಇರಲಿ ಎಲ್ಲದಕ್ಕೂ ಉತ್ತರಿಸುವೆ ಒಂ
ದೊಂದಾಗಿಯೆ ಹೇಳುವೆ. ನಿನ್ನೆ ಕಾಲ್ ರಿಸೀವ್ ಮಾಡಿದ್ದೂ
ನಿನ್ನ ಗಂಡ ರತ್ನೇಶ್. ನೀನು ಇಷ್ಟ ದಿನ ಆದರೂ
ಬೆಂಗಳೂರಿಗೆ ಬರಲಿಲ್ಲ ಅಲ್ವಾ
ಅದಕ್ಕೆ ಕಾಲ್ ಮಾಡಿದ್ದೆ ಅಷ್ಟೇ ಕಣೆ." ಎಂದು
ತೊದಲು ಮಾತಿನಲ್ಲಿ ಸುಳ್ಳು ಹೇಳಿದಳು ಸೋನು.
"ಹೇ ನೀನು ಅವರಲ್ಲಿ ಹಳೆಯ ವಿಷಯ ಹೇಳಿಲ್ಲಾ ತಾನೆ,
ಅಂದ ಹಾಗೆ ನಾನು ಈ ಇದ್ದೇನೆ ಇವರ ರೂಮಿನಲ್ಲಿ.
ಪಾಪ ಕಣೆ ನನ್ನಿಂದ ಯಾಕೋ ಇವರ ಬದುಕು ಹಾಳುಗುತ್ತಾ
ಇದೆ ನಾನು ಇವರಿಗೆ ಡೈವೋರ್ಸ್ ಕೊಡಬೇಕು ಅಂತಾ ಇದ್ದೇ
ನೆ ಒಂದು ಒಳ್ಳೆ ಲಾಯರ್
ಇದ್ರೆ ಹೇಳೇ. "ಎಂದು ಕೇಳಿದಳು ಹೇಮಾ.
ಅದಕ್ಕೆ ಸೋನು ತೊದಲು ನುಡಿಯುತ್ತಾ "ಅದು
ಅದು ನೀನು. ಮೊದಲು ಅವರಲ್ಲಿ ಕೇಳಿ
ನೋಡು ಮತ್ತೆ ಲಾಯರ್ ಬಗ್ಗೆ ಯೋಚನೆ ಮಾಡು. ಸರಿ
ನನಗೆ ಈಗ ಒಂದು ಅರ್ಜೆಂಟ್ ಕೆಲಸ ಇದೆ ಆಮೇಲೆ ಕಾಲ್
ಮಾಡ್ತೇನೆ ಕಣೆ" ಎಂದು ಹೇಳಿ ಕರೆ ಇಟ್ಟಳು ಸೋನು.

ಫೋನಲ್ಲಿ ಹೇಳಿದ ಎಲ್ಲಾ ಮಾತನ್ನು ನನಗೆ ತಿಳಿಸಿದಳು
ಸೋನು.ನಂತರ ನಾವು ಮನೆಗೆ ಹೊರಟೆವು.

ನಾನು
ಮನೆಗೆ ಬಂದು ಫ್ರೆಶ್ ಆಗಿ ಅಡುಗೆ ಮಾಡೋಣ ಅಂತಾ ಅ
ಡುಗೆ ಮನೆಗೆ ಹೋದಾಗ ಅಲ್ಲಿ ಘಮ ಘಮ ಸುವಾಸನೆ,
ನನಗಾಗಿ ಬೊಂಬಾಟ್ ಭೋಜನವೆ ರೆಡಿ ಮಾಡಿದ್ದಳು ಹೇ

ಮಾ.

"ಅಲ್ವೇ ನೀನೇಕೆ ಇಷ್ಟು ತೊಂದರೆ ತೆಗೆದುಕೊಂಡೆ. ನಾನು ಅಡುಗೆ ಮಾಡುತಿದ್ದೆ"ಎಂದ ತಕ್ಷಣ " ಹೌದು ಸ್ವಾಮಿ ನೀವು ನಳಪಾಕ ಮಹಾರಾಜರು ಅಲ್ಲವೇ.? ನನಗು ಅಡುಗೆ ಬರುತ್ತೆ. ನೀವೇ ಯಾಕೆ ಮಾಡಬೇಕು ಸ್ವಲ್ಪ ನನ್ನ ಕೈ ರುಚಿ ಕೂಡಾ ತಿನ್ನಿ"ಎನ್ನುತ್ತಾ ಊಟ ಬಡಿಸಿದಳು.
"ರತ್ತು ನಾನು ನಿಮ್ಮಲ್ಲಿ ಒಂದು ಮಾತು ಕೇಳಬಹುದೇ..?
"ಎಂದು ಪಿಸುಧ್ವನಿಯಲ್ಲಿ ಕೇಳಿದಳು.ನನಗೆ ವಿಷಯ ತಿಳಿದಿತ್ತು ಆದರೂ ಅವಳಿಂದಲೆ ತಿಳಿಯಬೇಕೆಂದು
"ಸರಿ ಅದೇನು ಅಂತಾ ಹೇಳೇ "ಎಂದೆ. ಅದಕ್ಕೆ ಅವಳು " ನನ್ನಿಂದ ನಿಮಗೆ ಸುಮ್ಮನೆ ತೊಂದರೆ,c
ನೀವು ಚೆನ್ನಾಗಿರಬೇಕು ಅದಕ್ಕೆ ನಾವು ಡೈವೋರ್ಸ್ ಮಾಡುವ " ಎಂದು ಕೇಳಿಯೇ ಬಿಟ್ಟಳು. " ನಿನ್ನ ಇಷ್ಟದಂತೆ ಆಗಲಿ ಆದರೆ ಒಂದು ಮಾತು ಅದೆಲ್ಲ ಬೇಡ ಅಂತಾ ನನಗೆ ಅನಿಸುತ್ತೆ. ನಾವು ಒಳ್ಳೆಯ ಫ್ರೆಂಡ್ಸ್ ಅಂದ್ಮೇಲೆ ನನಗೆ ಯಾವ ತೊಂದರೆಯು
ಇಲ್ಲಾ ಕಣೆ.ಆದರೆ ಇವಾಗ ಡೈವೋರ್ಸ್ ಮಾಡುವುದು ಉತ್ತಮವಲ್ಲ ಸ್ವಲ್ಪ ಸಮಯದ ಬಳಿಕ ನೋಡುವ . "ಎಂದೆ. ಅದಕ್ಕೆ ಅವಳು ತಲೆ ಅಲ್ಲಾಡಿಸಿ ಸುಮ್ಮನಾದಳು.

ಕೆಲವು ದಿನಗಳ ನಂತರ

ಅವಳ ಹುಟ್ಟಿದ ಹಬ್ಬದ ಮುಂದಿನ
ನಾನು ಸೋನುವಿಗೆ ಕರೆ ಮಾಡಿ ನಾಳೆ ಕಾಂಪಿಟೇಷನ್ ಎಲ್ಲಿ ಹಾಗು ನೈಟ್ ಸಣ್ಣದಾಗಿ ಪಾರ್ಟಿ ಅರೆಂಜ್

ಮಾಡುವ ಬಗ್ಗೆ ಮಾತನಾಡಿ ನಾಳಿನ ರಾತ್ರಿಯ ಪಾರ್ಟಿಯ
ತಯಾರಿಯನ್ನು ಅಶೋಕ ಹೋಟೆಲ್ ನಲ್ಲಿ ನಾನು ,ಸೋನು,
ರವಿ, ರಾಜು, ನಯನ, ಚೈತ್ರ ಹಾಗು ರಿತೇಶ್
ಸೇರಿಕೊಂಡು ಮಾಡಿದೆವು.ಪಾರ್ಟಿಯ

ಎಲ್ಲಾ ತಯಾರಿ ಮುಗಿಸಿ ನಾಳಿನ ಕಾಂಪಿಟೇಷನ್
ಗೆ ಬೇಕಾದ ತಯಾರಿಮಾಡಿ
ನಂತರ ಎಲ್ಲರೂ ಮನೆಗೆ ಹೋದೆವು .

ನಾನು ಮನೆಗೆ ಹೋಗುವಷ್ಟರಲ್ಲಿ ಅಡುಗೆ ರೆಡಿ ಇತ್ತು .
ನಾನು ಫ್ರೆಶ್ ಅಪ್ ಆಗಿ ಬಂದೆ. ನಾನೇ ಊಟ ಬಡಿಸಿಕೊಂಡೆ.
"ಹೇಮಾ ನಿಂದು ಊಟ ಆಯ್ತಾ..? " ಎಂದೆ . ಅವಳು
ನೋಡುತ್ತಾ "ನೀವು ಮೊದಲು ಮಾಡಿ .
ನಾನು ಲೇಟ್ ಆಗಿ ಮಾಡುವೆ"ಎಂದಳು. "ಬಾ ಒಟ್ಟಿಗೆ ಊಟ
ಮಾಡುವ ನಾಳೆ ಸ್ವಲ್ಪ ಬೇಗಾ ಏಳ್ಬೇಕು .
ನಮಗೆ ಹೊರಗಡೆ ಹೋಗಲು ಇದೆ.
ದಯವಿಟ್ಟು ಇಲ್ಲಾ ಅನ್ನ ಬೇಡ.
"ನಾನು ಹೀಗೆಂದಾಗ ಅವಳು " ಆಯಿತು , ಸರಿ "
ಏನೂ ಇಷ್ಟ ಇಲ್ಲದ್ದಿದರು ಬಲವಂತಕ್ಕೆ ಒಪ್ಪಿದಂತೆ ಹೇಳಿದ
ಳು. ಊಟ ಮುಗಿಸಿ ಸ್ವಲ್ಪ ಬೇಗನೆ ಮಲಗಿಕೊಂಡೆವು.

ರಾತ್ರಿ 12 ಗಂಟೆ ಹೇಮಾಳಾ ಫೋನ್ ರಿಂಗ್ ಆಗ್ತಾ ಇದೆ.
"ಹೇಮಾ ನಿನ್ನ ಫೋನ್ ರಿಂಗ್ ಆಗ್ತಾ ಇದೆ ನೋಡೇ ಅದು
ಯಾರೆಂದು"ಕುಂಭಕರಣಿಗೆ ನಾನು ಹೇಳಿದ್ದು ಕೇಳಿಸಲೆ.
ನಾನು ಫೋನ್ ಡಿಸ್ಪ್ಲೇ ಯಲ್ಲಿ ಸೋನು

ವಿನ ನಂಬರ್ ನೋಡಿದಾಗ ತಿಳಿಯಿತು ಇವಳು ಬರ್ತ್ಡೇ ವಿಶ್ ಮಾಡಲು ಕರೆ ಮಾಡಿದ್ದಾಳೆ ಅಂತಾ. ಅದೇನೇ ಆಗ್ಲಿ ಇವತ್ತು ಹೇಮಾಳನ್ನ ಎಬ್ಬಿಸುವೆ ಅಂತಾ ಹೇಳಿ ಕಷ್ಟ ಹೇಮಾಳಾ ಎಬ್ಬಿಸಿ ಹುಟ್ಟುಹಬ್ಬದ ಶುಭಾಶಯ ತಿಳಿಸಿ ಫೋನ್ ಸ್ವೀಕರಿಸಲು ಹೇಳಿ ನಾನು ಮಲಗಿದೆ.

ಅವಳು ಫೋನ್ ನಲ್ಲಿ ಮಾತಾಡಿ ಅದ ಮೇಲೆ ನನ್ನ ಬಳಿ ಕೇಳಿದಳು.
“ನಿಮಗೆ ಹೇಗೆ ಗೊತ್ತು ನನ್ನ ಬರ್ತ್ಡೇ ಅಂತಾ, ಯಾರೂ ಹೇಳಿದ್ದು “ ಎಂದೆಲ್ಲಾ ಸಾವಿರ ಪ್ರಶ್ನೆ ಕೇಳಿದಳು.
“ನಿನಗೆ ಮೆಸೇಜ್ ಬಂದಿತ್ತು ಅದು ನೋಡಿದಾಗ ತಿಳಿಯಿತು. ಬೇಗಾ ಮಲಗು ನಾಳೆ ಬೇಗಾ ಏಳಬೇಕು ತಾನೆ” ಎಂದೆ. ಪಾಪಚ್ಚಿ ಮಲಗಿದಳು.

ಸಮಯ ಬೆಳಿಗ್ಗೆ 5.00ನಾನು ಎದ್ದು ಫ್ರೆಶ್ ಅಪ್ ಆಗಿ ಬಂದೆ. ಪಾಪಚ್ಚಿ ಇನ್ನು ಕೂಡಾ ಎದ್ದೆ ಇಲ್ಲಾ ನಾನು ಅವಳನ್ನ ಕಷ್ಟ ಪಟ್ಟು ಎಬ್ಬಿಸಿದೆ ನಂತರ ನಾನು ಅಡುಗೆ ಮನೆಗೆ ಹೋಗಿ ಚಾ -ತಿಂಡಿ ಮಾಡಿದೆ.
ಅವಳು ಫ್ರೆಶ್ ಆಗಿ ಬಂದಳು.
ನಂತರ ಮೊದಲು ದೇವರಿಗೆ ನಾವು ಕೈ ಮುಗಿದು ಚಾ -ತಿಂಡಿ ತಿಂದು ನನ್ನ ಕಾರಿನಲ್ಲಿ ಹೊರಟೆವು. ಮೊದಲು ನಾನು ಸೋನುವಿನ ಮನೆಗೆ ಹೋಗಿ ಅವಳನ್ನ ಕರೆದುಕೊಂಡು ಕಾಂಪಿಟೇಷನ್ ನಡೆಯುವ ಸ್ಥಳಕ್ಕೆ ಹೊರಟೆವು.
ಕಾರಿನಲ್ಲಿ ಅವರಿಬ್ಬರದ್ದು ಹರಟೆಯೋ ಎಷ್ಟೋ ದಿನಗಳ ಬಳಿಕ ಸಿಕ್ಕಿದ್ದು ಹೇಮಾಳಿಗೆ ಸೋನು. ಕಾಂಪಿಟೇಷನ್ ಸ್ಥಳಕ್ಕೆ

ಬಂದು ಇಳಿದೆವು.
ನೋಡು ನನ್ನ ಮೊದಲ ಬರ್ತ್ಡೇ ಸರ್ಪ್ರೈಸ್ ಎಂದು ಹೇಳಿ ಅವರನ್ನು ಒಳಗೆ ಕರೆದುಕೊಂಡು ಹೋದೆ. ಅವಳ ಡಿಸೈನ್ ಸೆಲೆಕ್ಟ್ ಆಗಿ ಅವಳಿಗೆ ದಿ ಬೆಸ್ಟ್ ಫ್ಯಾಷನ್ ಡಿಸೈನರ್ ಆಫ್ ದಿ ಇಂಡಿಯಾ ಅನ್ನೋ ಪ್ರಶಸ್ತಿಯು ಲಭಿಸಿತ್ತು. ಸಂಜೆ ಕಾಂ ಪಿಟೇಷನ್ ಮುಗಿಸಿ ನಂತರ ಹೋಟೆಲ್
ಗೆ ಹೋಗಿ ಅಲ್ಲಿ ಬರ್ತ್ಡೇ ಪಾರ್ಟಿ ಮುಗಿಸಿ ರಿಸಾಪ್ಸನ್ ಬಳಿ ಬಿಲ್ ಕಟ್ಟಲು ನಾನು ಹೇಮಾ
ಹಾಗು ಸೋನು ಬಂದೆವು.. ಹೇಮಾ "ನೀನಾ...
"ಎಂದು ಸಿಟ್ಟಾಗಿ ಕಿರಿಚಿದಳು. "ಏನಾಯಿತು "
ಗಾಬರಿಯಿಂದ ಕೇಳಿದಾಗ. ಸೋನು "ಇವನೇ ಮದನ್ "
ಎಂದು ಹೇಳಿದಳು. " ಓಹೋ ಹೌದ.
ನನಗೆ ಎಲ್ಲಾ ವಿಷಯ ತಿಳಿದಿದೆ.ಏಗಿದ್ದೀರ ಬ್ರದರ್,
ನೀವೇನು ಇಲ್ಲಿ "
ಎಂದು ನಾನು ಮೃದುವಾಗಿ ಪ್ರೀತಿಯಿಂದ ಕೇಳಿದೆ.
ಅದಕ್ಕೆ ಅವನು ಅದ
ಘಟನೆ ಹೇಳಿದ ಈಗ ಅವನಿಗೆ ಪುಟ್ಟ ಸಂಸಾರ ಇದೆ ಹಾಗು ಒಳ್ಳೆಯ ಮನುಷ್ಯನಾಗಿ ಜೀವನ ನಡೆಸುತ್ತಿದ್ದಾನೆ.
ನಾವು ಬಿಲ್ ಕಟ್ಟಿ ಅವನೊಂದಿಗೆ ಸ್ವಲ್ಪ ಹೊತ್ತು ಮಾತಾಡಿ ಮನೆಗೆ ಹೋದೆವು.
ಪಾಪಚ್ಚಿ ತುಂಬಾ ನಿದ್ದೆ ಬಂದಿತ್ತು ಕಾರಿನಲ್ಲೆ ನನ್ನ ಹೆಗಲ ಮೇಲೆ ತಲೆ ಹಾಕಿ ಮಲಗಿದಳು.
"ನೋಡಿ ಇವಳು ಎಷ್ಟು ಮುಗ್ದೆ ನಿಮ್ಮಂತ ಗಂಡ ಸಿಕ್ಕಿದ್ದು ಹೇಮಳಾ ಪುಣ್ಯ "ಎಂದು ಹೇಳಿ ನನ್ನ ಅಟ್ಟಕ್ಕೆ ಏರಿಸಿ ಬಿಟ್ಟ ಳು ಸೋನು.
"ಹಾಗೆಲ್ಲ ಏನಿಲ್ಲ ಒಳೆಯ ಸ್ನೇಹಿತನಾಗಿ ಇಷ್ಟೆಲ್ಲಾ ಮಾಡಿದೆ, ಅಂದಹಾಗೆ ನಾನು ಒಂದು ಸೈಟ್ ಖರೀದಿಸಿದ್ದೆನ್ನೆ ಅದರ

ನನ್ನವಳು

ಭೂಮಿ ಪೂಜೆ ನಾಳೆ ಮಾಡಿ ಬೇಗಾ ಕೆಲಸ ಶುರು ಮಾಡುವ
ಇನ್ನು ಒಂದು ತಿಂಗಳಲ್ಲಿ ಎಲ್ಲ ಕೆಲಸ ಮುಗಿಯಬೇಕು.
"ಎಂದೆ ಅಷ್ಟರಲ್ಲಿ ಅವಳ ಮನೆಯು ಬಂದಿತ್ತು.
ಅವಳನ್ನ ಕಳುಹಿಸಿ ನಾವು ಮನೆಗೆ ಬಂದು ಊಟ ಮಾಡಿ ಮ
ಲಗಿದೆವು.

ಮಾರನೇ ದಿನ
ನಾನು
ಎಂದಿನಂತೆ ಆಫೀಸ್ ಹೋಗುತ್ತೇನೆ ಎಂದು ಹೇಮಾಳಿಗೆ ಹೇ
ಳಿ, ಸೋನು ಮತ್ತು ಅವಳ ತಂದೆ
ತಾಯಿಯನ್ನು ಮನೆಗೆ ಕರೆದುಕೊಂಡು ಸೈಟ್ ಬಳಿ ಬಂದೆ.
ಅಲ್ಲಿ ಅರ್ಚಕರು ಬಂದು ಸೋನುವಿನ ತಂದೆ
ತಾಯಿಯ ಕೈಯಲ್ಲಿ ಭೂಮಿ ಪೂಜೆ ಮಾಡಿದೆ.
ಮರುದಿನದಿಂದ ಕೆಲಸ ಆರಂಭವಾಯಿತು. ಸೋನು ಯಾವ
ರೀತಿ ಆಫೀಸ್ ಇರಬೇಕು ಎಂದು ಇಂಜಿನಿಯರ್
ಗೆ ಹೇಳಿ ಅವಳೇ ಮುಂದೆ ಎಲ್ಲ ಕೆಲಸ ಮಾಡಿಸಿದಳು.
ನಾನು ಬೇಕಾದ
ಎಲ್ಲಾ ವ್ಯವಸ್ಥೆ ಹಾಗು ಹಣಕಾಸಿನ ವ್ಯವಸ್ಥೆ ಮಾಡಿದೆ.
ಒಂದು ತಿಂಗಳಲ್ಲಿ ಎಲ್ಲಾ ರೆಡಿ ಆಯಿತು
. ಆಫೀಸ್ ಉದ್ಘಾಟನೆ ಮಾಡಲು
ಒಂದು ಒಳ್ಳೆ ದಿನಾಂಕ ನೋಡಿ ನಿಶ್ಚಯಿಸಿದೆವು.
ಆದರೆ ಈಗ ತೊಂದರೆ ಇಲ್ಲಿಯೇ ಹೇಮಾಳನ್ನ ಹೇಗೆ ಕರೆದು
ಕೊಂಡು ಬರುವುದೆಂದು ಅದಕ್ಕೆ ಸೋನು ಒಂದು
ಉಪಾಯ ಮಾಡಿದಳು.
"ನಾನು ಒಂದು ಹೊಸ ಆಫೀಸ್ ಮಾಡಿದ್ದೇನೆ ಅದರ ಉ
ದ್ಘಾಟನೆ ನೀನೇ ಮಾಡಬೇಕು" ಎಂದು
ಹೇಮಾಳಿಗೆ ಒತ್ತಾಯಿಸಿ ಒಪ್ಪುವಂತೆ ಮಾಡಿದಳು.ಹೇಮನೂ

RATHNESH BELMAN

ಒಪ್ಪಿದಳು. ನಾನು ಸೋನುವಿನಲ್ಲಿ ಹೇಳಿದ್ದೆ ಈ ಆಫೀಸ್ ಮಾಡಿದ್ದು ನಾನೇ ಅಂತಾ ಅವಳಿಗೆ ಗೊತ್ತಾಗ ಬಾರದೆಂದು.

ಆಫೀಸ್ ಉದ್ಘಾಟನೆಯ ದಿನ
ನಾನು ಹೇಮಾಳನ್ನ ಕರೆದುಕೊಂಡು ಆಫೀಸ್ ಬಳಿ ಬಂದೆ,
ಸೋನು ನಮ್ಮ ಬಳಿ ಬಂದು
" ಬಂದಿಯಾ ಬೇಗಾ ಬಾ ಉದ್ಘಾಟನೆ ಮಾಡು ಡಿಯರ್ ನಿನಗಾಗಿಯೇ ಕಾಯುತಿದ್ದೆ. " ಎಂದಳು.
ಎಲ್ಲರೂ ಉದ್ಘಾಟನೆ
ಮಾಡುವಲ್ಲಿ ಬಂದು ಸೇರಿದ್ದರು ಹೇಮಾ ಕೈಯಲ್ಲಿ ಕತ್ತರಿ ಹಿಡಿದು ಇನ್ನೇನು
ರಿಬ್ಬನ್ ಕಟ್ಟ್ ಮಾಡಬೇಕು ಅಷ್ಟರಲ್ಲಿ ಸೋನು "ಡಿಯರ್ ನಿನಗೊಂದು ವಿಷಯ ಹೇಳಬೇಕು ಈ ಆಫೀಸ್ ನನ್ನದಲ್ಲ ನಿನ್ನದು, ನಿನಗಾಗಿಯೆ ಇದರ ನಿರ್ಮಾಣ ಆಗಿದೆ.
ನೀನೇ ಇದಕ್ಕೆ ಬಾಸ್ "ಎಂದ
ತಕ್ಷಣ ಹೇಮಾಳ ಕಣ್ಣಲ್ಲಿ ನೀರು ಬಂದಿತ್ತು.
"ಸರಿ ನಿಮ್ಮದು ಅಳುವ ಕಾರ್ಯಕ್ರಮ ಮತ್ತೆ ಇಟ್ಟುಕೊಳ್ಳಿ ಈಗ ಉದ್ಘಾಟನೆ ಮಾಡಿ "ಎಂದು ನಾನು ಅವರ ಗಮನ ಬದಲಿಸಿದೆ. ಉದ್ಘಾಟನೆ
ಅಂತೂ ಆಯಿತು ಎಲ್ಲಾ ಸುಸೂತ್ರವಾಗಿ ನಡೆಯಿತು.
ಆಫೀಸ್ ಒಂದು ತಿಂಗಳಲ್ಲಿ ನಮ್ಮ
ರಾಜ್ಯದಲ್ಲಿ ಅತ್ಯುತ್ತಮ ಪ್ರಸಿದ್ಧಿಗೊಂಡಿತ್ತು.
ಸಣ್ಣದಾಗಿ ಆರಂಭವಾದ ಈ ಸಾನ್ವಿ ಡಿಸೈನ್ ಸಂಸ್ಥೆ ದೊಡ್ಡ ಯಶಸ್ಸು ಕಂಡಿತ್ತು.

ನಾಲ್ಕು ತಿಂಗಳ ಬಳಿಕ

ನನ್ನವಳು

ಹೇಮಾಳಿಗೆ ಒಂದು ಕರೆ ಬಂದಿತ್ತು. ಆ ಕರೆ ಸ್ವೀಕರಿಸಿದಳು " ಹೇ ಡಿಯರ್ ನೀನು ಅರ್ಜೆಂಟ್ ಆಗಿ ಗಾಯತ್ರಿ ಆಸ್ಪತ್ರೆ ಬಾ , ನಿನ್ನ ಮನೆಗೆ ಕಾರು ಕಳಿಸಿದ್ದೇನೆ ಬೇಗಾ ಬಾ" ಎಂದು ಹೇಳಿ ಕರೆ ಇಟ್ಟಳು ಈ ಕಡೆ ಹೇಮಾಳಿಗೆ ತುಂಬಾ ಭಯವಾಗಿತ್ತು .ಹೇಮಾ ಆಸ್ಪತ್ರೆಗೆ ಬಂದಳು. "ಡಿಯರ್ ಏನಾಯಿತು ಹೇಳೇ " ಎಂದು ತುಂಬಾ ಗಾಬರಿಯಿಂದ ಸೋನುವಿನಲ್ಲಿ ಕೇಳಿದಳು. "ಅದು ಅದು ನಿನ್ನ ಗಂಡನಿಗೆ " ಸೋನುವಿನ ಉತ್ತರಕ್ಕೆ "ಅವರಿಗೆ ಏನಾಯಿತು ಹೇಳೇ ಹೇಳೇ ಬೇಗಾ, ನನಗೆ ತುಂಬಾ ಭಯ ಆಗ್ತಿದೆ ಹೇಳೇ " ಎಂದಳು. "ಅವರಿಗೆ ಆಕ್ಸಿಡೆಂಟ್ ಆಯಿತು, ಹೇಗೆ ಏನೂ ಗೊತ್ತಿಲ್ಲ ಡಾಕ್ಟರ್ ಕೂಡಾ ಇನ್ನು ಹೇಗಿದ್ದಾರೆ ಅಂತಾ ಗೊತ್ತಿಲ್ಲ . ನಾನು ನಿನಗೆ ಒಂದು ವಿಷಯ ಹೇಳಬೇಕು" ಅಂತಾ ಹೇಳುತ್ತಿರುವಾಗ ನರ್ಸ್ ಬಂದು ಇಲ್ಲಿ ರತ್ನೇಶ್ ಕಡೆ ಅವರು ಯಾರೂ ಎಂದು ಕರೆದರು ಹೇಮಾ ಓಡಿ ಬಂದು ನಾನೆ ಅವರ ಹೆಂಡತಿ ಅವರು ಹೇಗಿದ್ದಾರೆ ಅವರಿಗೆ ಏನೂ ಆಗಿಲ್ಲಾ ತಾನೆ ಎಂದು ಗಾಬರಿಯಿಂದ ಕೇಳಿದಳು. ಅದಕ್ಕೆ ಅವರಿಗೆ ಏನೂ ಆಗಿಲ್ಲ ಈಗ ಸೌಖ್ಯವಾಗಿದ್ದರೆ ನೀವು ಈಗ ಡಾಕ್ಟರ್ನ್ನು ಭೇಟಿ ಆಗಿ ಎಂದು ಹೇಳಿದಾಗ ಅವರು ಡಾಕ್ಟರ್ ನ್ನು ಭೇಟಿಯಾಗಿ ಬಂದರು . ನನನ್ನು ಆಸ್ಪತ್ರೆಗೆ ಸೇರಿಸಿದ ವ್ಯಕ್ತಿ ಅಲ್ಲೇ ಇದ್ದರು ಅವರನ್ನ ಇವರು ಭೇಟಿಯಾಗಿ ಅವರಲ್ಲಿ ಏನಾಯಿತು ಅಂತಾ ಕೇಳೋಕೆ ಬಂದಾಗ ಅಲ್ಲಿ ನಿಂತ್ತಿದ್ದು ಮದನ್..ಅವನನ್ನ ನೋಡಿ ಹೇಮಾ "ನೀನಾ,

ನೀನು ಇಲ್ಲಿ ಕೂಡಾ ಬಂದಿಯಾ ನನ್ನ ನೆಮ್ಮದಿಯಿಂದ ಇರಲು ಬಿಡುದಿಲ್ಲವಾ..? "ಎಂದು ಬೈಯ್ಯುತ್ತಿದ್ದಳು. "ಅರೆ ನೀ ನು ಸ್ವಲ್ಪ ಸುಮ್ಮನಿರು ಆಮೇಲೆ ವಿಷಯ
ಏನೆಂದು ಕೇಳು ಆಮೇಲೆ ಬೈಯ್ಯಿ "ಎಂದು ಹೇಮಾಳನ್ನ ಸಮಾಧಾನ ಪಡಿಸಿದಳು ಸೋನು.
."ಅದೇನೇಯಿ
ತು ಎಂದು ನೀವು ಹೇಳಿ "ಎಂದು ಸೋನು ಮದನ್
ನಲ್ಲಿ ಕೇಳಿದಳು "
ಅದು ನಾನು ಹೆಂಡತಿ ಮತ್ತು ಮಗು ಹೊರಗೆ ಶಾಪಿಂಗ್ ಅಂ ತಾ ಬಂದಿದ್ದೆವು ಆಗ ನನ್ನ ಮಗು ರೋಡ್
ನಲ್ಲಿ ಆಡುತ್ತ ಬಂದಿತ್ತು.
ಎದುರುಗಡೆ ಯಿಂದ ದೊಡ್ಡ ಟ್ರಕ್ ಬರುವುದನ್ನು ರತ್ನೇಶ್ ನವರು ನೋಡಿ ನನ್ನ ಮಗುವನ್ನು ಸೇಫ್ ಮಾಡಲು ಹೋಗಿ ಅವರ ಪ್ರಾಣಕ್ಕೆ ಕುತ್ತು ತಂದುಕೊಂಡರು.
ಅನಂತರ ನಾವು ಓಡಿ ಬಂದು ಅವರನ್ನ ಆಸ್ಪತ್ರೆಗೆ ಸೇರಿಸಿದೆ "ಎಂದು ದುಃಖ ದಿಂದ ಮದನ್ ನಡೆದ ಘಟನೆ ವಿವರಿಸಿದನು.

"

ನೋಡಿದ್ಯಾ ಈವಾಗ ವಿಷಯ ಗೊತ್ತು ಆಯ್ತು ತಾನೆ ಈಗ ಯಾರನ್ನ ಬೈಯ್ಯಬೇಕು ಬಯ್ಯಿ.
ಅಲ್ಲಾ ನೀನು ಅಂತ ಒಳ್ಳೆ ಗಂಡನಿಗೆ ಡೈವೋರ್ಸ್ ಕೊಡಬೇ ಕು ಅಂತಾ ಇದ್ದಿ ತಾನೆ. ನಿನ್ನನ್ನ ಪೆದ್ದು ಅನ್ನಬೇಕೊ ಅಥವಾ ಹುಚ್ಚುತನ ಅನ್ನಬೇಕೋ ಗೊತ್ತಿಲ್ಲ,
ಅವತ್ತು ಅವರು ಹೇಳಿದ್ದರು
ಈ ವಿಷಯ ನಿನಗೆ ತಿಳಿಯಬಾರದೆಂದು ಆದರೆ ಇವತ್ತು ಹೇ ಳಲೆ ಬೇಕು.
ನೀನು ಅಂದುಕೊಂಡಂತೆ ಸಾನ್ವಿ ಡಿಸೈನ್ ಸಂಸ್ಥೆ ನಾನು ನಿ

ರ್ಮಿಸಲಿಲ್ಲಾ ಎಲ್ಲಾ ಅವರದ್ದೇ ಅವರೇ ಲೋನ್ ಮಾಡಿ ನಿ
ನಗಾಗಿ ನಿನ್ನ ಕನಸನ್ನ ನಿಜಮಾಡಿದರು.
ನಾನು ಕೇವಲ ಸಲಹೆ ಮತ್ತು ಸಹಾಯ ಮಾಡಿದ್ದೆ ಅಷ್ಟೇ.
"ಎಂದು ಎಲ್ಲಾ ವಿಷಯವನ್ನು ಅವಳಿಗೆ ತಿಳಿಸಿದಳು ಸೋನು
.

ಕಣ್ಣಲ್ಲಿ ನೀರು ತುಂಬಿತ್ತು.
ಓಡಿ ಹೋಗಿ ನರ್ಸ್ ಬಳಿ ಕೇಳಿದಳು ನಾನು ಅವರನ್ನ ನೋ
ಡಬಹುದಾ ಅಂತಾ.
ಆಗಲ್ಲ ಅಂತಾ ಹೇಳಿದರು ಹಠ ಹಿಡಿದು ಒಳಗೆ ಬಂದಳು ನ
ನ್ನ ಗಟ್ಟಿಯಾಗಿ ತಬ್ಬಿಕೊಂಡು ಅತ್ತಳು. ಅರೆ ಪ್ರಜ್ಞೆಯಲ್ಲಿದ್ದ
ನಾನು "ಏನಾಯ್ತು ಕಣೆ
ನನ್ನ ಮುದ್ದು ಪಾಪಚ್ಚಿ "ಎಂದೆ ಅದಕ್ಕೆ ನಿಮಗೆ ಹುಶಾರ್
ಇಲ್ಲಾ ತಾನೆ ಸುಮ್ಮನೆ ಮಲಗಿ ನಾನು ಎಲ್ಲಾ ಮತ್ತೆ ಹೇಳುವೆ
ಎಂದು ನನಗೆ ಗದರಿದಳು. ನನ್ನ ಕೈ ಯನ್ನು ಗಟ್ಟಿ
ಯಾಗಿ ಹಿಡಿದು ಮೆಲ್ಲನೆ "ಮುದ್ದು I love you "ಹೇಳಿದಳು.
ನನಗೆ ಕೇಳಿಸಿದರು "ಏನು ಹೇಳಿದೆ "
ಎಂದು ಕೇಳಿದಾಗ "ಏನಿಲ್ಲ "ಎಂದಳು.
ಆಗ ಡಾಕ್ಟರ್ ಬಂದು ಚೆಕ್‌ಅಪ್ ಮಾಡಿ.
ವಾರ್ಡ್ಗೆ ಶಿಫ್ಟ್ ಮಾಡಿಸಿದರು. 1
ವಾರದ ಬಳಿಕ ನನ್ನ ಡಿಸ್ಚಾರ್ಜ್ ಎಂದು ಬೇರೆ ಹೇಳಿದ್ದರು.
ಹೇಮಾ ಪಾಪ ಒಂದು ವಾರ ನನ್ನ
ನನ್ನೊಂದಿಗೆ ಆಸ್ಪತ್ರೆಯಲ್ಲಿಯೆ ಇದ್ದಳು.
ನನಗೆ ಊಟ ಮಾಡಿಸಿ ಮಲಗಿಸಿತಿದ್ದಳು.

ಒಂದು ದಿನ ಊಟ ಮಾಡಿಸುತ್ತಾ ಇದ್ದಳು ನಾನು ಮೆಲ್ಲನೆ "I love you ಪಾಪಚ್ಚಿ " ಅಂತಾ helide. ಅದಕ್ಕೆ ಅವಳು " I love

you - 2" ಅಂತಾ ಮೆಲ್ಲನೆ ಉತ್ತರಿಸಿದಳು.
ಅದಕ್ಕೆ ನೀನು ಏನೂ ಹೇಳಿದೆ ಪುನಃ ಹೇಳು ಎಂದೆ ಅದಕ್ಕೆ ಅವಳು ಪುನಃ "I love you -2 "ಎಂದಳು.
ಕಣ್ಣಲ್ಲಿ ಕಣ್ಣೀರು ಬಂತು ಅವಳನ್ನ ಗಟ್ಟಿಯಾಗಿ ಅಪ್ಪಿಕೊಂಡೆ.
ಅಲ್ಲಿಂದ ಶುರುವಾಯಿತು ನನ್ನ ಹೊಸ ಪ್ರೇಮ ಜೀವನ ನನ್ನವಳೊಂದಿಗೆ.

ಮುಕ್ತಾಯ.
ಧನ್ಯವಾದಗಳು.

ಟೇಬಲ್ ಮೇಲೆ ಫ್ರೆಶ್ ಹಣ್ಣು-ಹಂಪಲು ಗಳು,
ರೂಮ್ ತುಂಬಾ ಘಮ ಘಮ್ ಸುವಾಸನೆ, ಬಣ್ಣ ಬಣ್ಣದ ಹೂವಿನಿಂದ ಮದುವನಗಿತ್ತಿಯಂತೆ ಸಿಂಗಾರಗೊಂಡಿತ್ತು ನನ್ನ ರೂಮ್.
.
ಬಾಲ್ಕನಿಯಲ್ಲಿ ಚಂದ್ರುನ ನೋಡುತ್ತಾ
, ಯಾರಿಗೋ ನಾ ಕಾಯುತ್ತ ನಿಂತಿದ್ದೆ.
ಕೈಯಲ್ಲಿ ಹಾಲಿನ ಲೋಟ,
ಅಪ್ಸರೆಯಂತೆ ಕಾಣುವ ಮದುಮಗಳು. ಅವಳ ಸುತ್ತ ನನ್ನ ಅಮ್ಮ, ತಂಗಿ ಹಾಗು ಇನ್ನಿತರರು ಅವಳನ್ನ ರೇಗಿಸುತ್ತಾ ನನ್ನ ರೂಮಿನ ಬಾಗಿಲ

ನನ್ನವಳು

ಬಳಿ ಕರೆದುಕೊಂಡು ಬಂದು ಕಿವಿಯಲ್ಲಿ
ಏನೂ ಗೊಣಗಿ ರೂಮ್ ನಾ ಒಳನೂಕಿದರು.
" ಓ ಸಾಹೇಬ್ರು..... ಅಷ್ಟು ಬೇಗಾ ಕನಸಿನ
ಲೋಕಕ್ಕೆ ಹೋದಂತಿದೆ. ಲೋ ಅಣ್ಣಾ ಅತ್ತಿಗೆ
ಇಲ್ಲಿ ಇದ್ದಾರೆ ಕನಸು ಕಾಣುದನ್ನ ಬಿಡು" ಎಂದು
ನನ್ನ ಮುದ್ದಿನ ತಂಗಿ ಹೇಳಿದ ಕೂಡಲೇ ಅಮ್ಮ
"ನಿಂದು ಏನೆ ತರ್ಲೆ, ನಡೀರಿ ಎಲ್ಲಾ ಹೋಗಿ ಹೋಗಿ "
ಎಂದು ಹೇಳಿ ಎಲ್ಲರನ್ನು ಕಳುಹಿಸಿ ಹೊರಗಡೆಯಿಂದ ಚಿಲಕ
ಹಾಕಿ ಹೋದರು.

ಅವಳು ನನ್ನ ಬಳಿ ಪ್ರೀತಿಯಿಂದ ಹಾಲು
ಕುಡಿಸಿ ನನ್ನ ಮುದ್ದಿಸುವಳು ಎಂದುಕೊಂಡಿದ್ದೆ.
ಆದರೆ ಅವಳು ಸಿಟ್ಟಿನಿಂದ ಬಂದು ಟೇಬಲ್ ಮೇಲೆ
ಹಾಲಿನ ಗ್ಲಾಸ್ ಇಟ್ಟಳು.
ನನಗೆ ಆಶ್ಚರ್ಯವಾಗಿ ಇವಳಿಗೆ ಏನಾಯಿತಪ್ಪ ಮನಸಲ್ಲಿ
ಅಂದುಕೊಂಡು ಅವಳಲ್ಲಿ ಕೇಳಿದೆ " ಯಾಕೆ
ಏನಾಯ್ತು.? ನನ್ನಿಂದ ಏನಾದರೂ ತಪ್ಪಾಗಿದೆಯೇ ..?

ಮನಸಲ್ಲಿ ಬೇಜಾರು ,ಸಿಟ್ಟಿನಿಂದ "ನೋಡಿ ನಿಮಗೆ ಸ್ವಲ್ಪ
ಕೂಡ ಮನುಷತ್ವ ಇಲ್ವಾ...? ಹುಡುಗಿಗೆ ಮದುವೆ ಒಪ್ಪಿಗೆ
ಇದ್ದೆಯಾ ಇಲ್ವಾ ಕೇಳಬೇಕು ತಾನೆ..? ನೋಡಿ
ನಾನು ನಿಮ್ಮೊಂದಿಗೆ ಸಂಸಾರ ಮಾಡಲು ಸಾಧ್ಯವಿಲ್ಲ.
ಅದಲ್ಲದೆ ನಾನು ನಿಮ್ಮನ್ನ ಇಷ್ಟಪಟ್ಟು ಮದುವೆಯಾಗಿಲ್ಲಾ.
ಅಪ್ಪನ ಬಲವಂತಕ್ಕೆ ಮದುವೆ " ಎಂದು ಹೇಳಿ ಕಣ್ಣೀರಿಟ್ಟಳು.

"ಅಯ್ಯೋ ಅಳಬೇಡ ಹೇಮಾ . ಸರಿ ಈಗ

ನನ್ನವಳು

ನಿನಗೆ ಮದುವೆ ಇಷ್ಟ ಇರಲಿಲ್ಲ ಅಂತಾ ನನಗೆ ತಿಳಿಯಲೆ,
ನಾನು ನಿನ್ನ ಒಂದು ಮಾತು ಕೇಳಿಲಿಲ್ಲ ಸಾರಿ ಹೇಮಾ "
ಎಂದು ಅವಳಲ್ಲಿ ಕ್ಷಮೆಯಾಚಿದೆ.

(ಅಳುತ್ತಾ ನನ್ನನ್ನೆ ನೋಡುತ್ತ ಇದ್ದಳು.)

"ನಾನು ಒಂದು ಮಾತು ನಿನ್ನ ಕೇಳಬೇಕಿತ್ತು. ಆದರೆ
ನಾನು ಮನೆಯವರಿಗಾಗಿ
ಮದುವೆಯಾಗಬೇಕಾಯ್ತು. ಅಷ್ಟಲ್ಲದೆ ನಿನ್ನ
ತಂದೆ ಹಾಗು ನನ್ನ ತಂದೆ ಬಾಲ್ಯದಿಂದಲೂ ಆತ್ಮೀಯ ಗೆಳ
ಯರು. ಹೌದು ನಿನಗೆ ಯಾಕೆ ಈ ಮದುವೆ ಇಷ್ಟ ಇರಲಿಲ್ಲ"
ಎಂದು ಕೇಳಿದೆ.

"ನೋಡಿ ನಾನು ಅದೆಲ್ಲ ಈಗ ಹೇಳುವ ಸ್ಥಿತಿಯಲ್ಲಿ ನಾನಿಲ್ಲ
ದಯವಿಟ್ಟು ಏನನ್ನು ಕೇಳಬೇಡಿ.
ನಾನು ನಿಮ್ಮೊಂದಿಗೆ ಪ್ರೀತಿಯಿಂದ ಜೀವನ ನಡೆಸಲು ಸಾಧ್ಯ
ವಿಲ್ಲಾ ನನ್ನಿಂದಾಗಿ ನಿಮ್ಮ ಜೀವನ ಹಾಳಾಗುವುದು ಬೇಡ"
ಎನ್ನುತ್ತಾ ಜೋರಾಗಿ ಅತ್ತು ಬಿಟ್ಟಳು.
"ಸರಿ ಸರಿ ನೀನು ಅಳಬೇಡ ಕಣೆ,
ನೀನು ಹೇಳಿದ ಹಾಗೆ ಆಗಲಿ.
ಇನ್ನು ಮುಂದೆ ನಾನು ನೀನು ಒಳ್ಳೆ ಗೆಳೆಯರಾಗಿರುವ.
ಆದರೆ ಒಂದು ಮಾತು ಈ ವಿಷಯ ನಮ್ಮ ತಂದೆ –
ತಾಯಿಗೆ ಈಗಲೇ ಗೊತ್ತಾಗುವುದು ಬೇಡ.
ಒಳ್ಳೆ ಸಮಯ ನೋಡಿಕೊಂಡು ಎಲ್ಲಾ ವಿಷಯವನ್ನು ಅವ
ರಿಗೆ ತಿಳಿಸುವ. ಇನ್ನು ಮುಂದೆ
ನಾವು ಹೊರಪ್ರಪಂಚಕ್ಕೆ ಅಷ್ಟೇ ಗಂಡ –
ಹೆಂಡತಿ ನಿನಗೆ ಇದು ಒಪ್ಪಿಗೆ ತಾನೆ " ಎಂದೆ.

RATHNESH BELMAN

ಅದಕ್ಕೆ ಅವಳು " ಹಾ ಒಪ್ಪಿಗೆ ಇದೆ.
ಆದರೆ ಒಂದು ನೀನು ಎಲ್ಲಿ ಮಲಗುತ್ತೀಯಾ" ಅಂಜಿಕೆಯಿಂ
ದ ಕಿರುಧ್ವನಿಯಲ್ಲಿ ಕೇಳಿದಳು.

"ನಾನು ಇಲ್ಲಿ ಮಂಚದಲ್ಲೆ ಮಲಗುತ್ತೇನೆ,
ನೀನು ಇಲ್ಲಿಯೇ ಮಲಗುವ್ವು, ನಮ್ಮ ಮೇಲೆ ನಂಬಿಕೆ ಇದೆ
ತಾನೆ . ಸರಿ ಮದ್ಯದಲ್ಲಿ ದಿಂಬು ಹಾಕಿ ಮಲಗುವ"
ಎಂದು ಹೇಳಿದ ಕೂಡಲೇ ಅವಳು ಹೋಗಿ ದಿಂಬು ಮಧ್ಯದ
ಲ್ಲಿ ಹಾಕಿದಳು..

"ನೀನು ಇದರ ಬಗ್ಗೆ ಹೆಚ್ಚು ಚಿಂತಿಸಬೇಡ ,
ಸರಿ ನೀನು ಹಾಲು ಕುಡಿದು ಮಲಗು "ಎಂದು ಹೇಳಿ ಮುಗಿ
ಸುವಷ್ಟರಲ್ಲಿ ಪಾಪ ಆಕೆ ಮಲಗಿಯೇ ಬಿಟ್ಟಿದ್ದಳು.
ನಾನು ಬಾಲ್ಕನಿಯಲ್ಲಿ ನಿಂತು
ಅವಳ ನೋಡುತ್ತಾ "ಪಾಪ ಎಷ್ಟು ಮುಗ್ಧ ಹುಡುಗಿ, ಮನಸ್ಸು
ಮಗು ತರ, ಮಲಗಿರೋದು ನೋಡು
ಅದೆಷ್ಟೋ ವರ್ಷದಿಂದ ಮಲಗಿಲ್ಲ ಅನ್ನೋ
ಹಾಗೆ. ಎಷ್ಟೊಂದು ಮುಗ್ಧ ಹೆಣ್ಣು" ಎಂದು
ಯೋಚಿಸುತ್ತಿರುವಾಗ ಅವಳ ಮೊಬೈಲ್ ಗೆ ಒಂದು ಕರೆ
ಬಂತು. ಕುಂಭಕರಣಿ ತರ ಮಲಗಿದ್ದಳು
ಹೇಮಾ.ಪಕ್ಕದಲ್ಲಿ ಬಾಂಬ್ ಬಿದ್ದರು ಗೊತ್ತಾಗದಾಗೆ. 2-3
ಸಲ ರಿಂಗ್ ಆದರೂ ಅವಳಿಗೆ ಎಚ್ಚರವಾಗಲೆ ಇಲ್ಲಾ.

ಇನ್ನೇನು ಮಾಡುವುದು ನಾನೇ ಸ್ವೀಕರಿಸಿದೆ, ನಾನು ಹಲೋ
ಅನ್ನೋಷ್ಟರಲ್ಲಿ ಆ ಕಡೆಯಿಂದ " ಕಂಗ್ರಾಟ್ಸ್ ಹೇಮಾ
..ನಿನಗೊಂದು ಗುಡ್ ನ್ಯೂಸ್ ಕಣೆ ,ನೀನು ಅವತ್ತು
ನೀನು ನಿನ್ನ ಡಿಸೈನ್ನಳನ್ನು "ದಿ ಬೆಸ್ಟ್ ಫ್ಯಾಷನ್ ಡಿಸೈನ್ ಆ

ದಿ ಇಂಡಿಯಾ "
ಕಾಂಪಿಟೇಷನ್ನ್ಗೆ ಸಬ್ಮಿಟ್ ಮಾಡಿದ್ಯಲ್ಲಾ ಅದೆಲ್ಲಾ ಸೆಲೆಕ್ಟ್ ಆ
ಗಿದೆ ಮುಂದಿನ ವಾರ ಅದರ ಕಾಂಪಿಟಿಷನ್ ಇದೆ.
ನೀನು ಊರಿಂದ, ಯಾವಾಗ ಬೆಂಗಳೂರಿಗೆ ಬರ್ತಿಯಾ
" ಎಂದು ಹೇಮಾಳಾ ಗೆಳತಿ ಸೋನು ಹೇಳಿದಳು.
"

ಹಲೋ ಇದು ಹೇಮಾ ಅಲ್ಲ ಅವಳ ಗಂಡ ಮಾತಾಡ್ತಾ ಇ
ರೋದು ನೀವು ಹೇಳಿದ್ದು ನಿಜಾನಾ. ನನಗೆ ಇದರ ಬಗ್ಗೆ
ತಿಳಿದಿಲ್ಲ ದಯವಿಟ್ಟು ಸ್ವಲ್ಪ ತಿಳಿಸುವಿರಾ "ಎಂದು ನಾನು
ಸೋನುವಿನಲ್ಲಿ ಕೇಳಿದೆ.

" ಹೇಮಾಗೆ ಮದುವೆ ಆಯ್ತಾ ,
ನನಗೆ ಅವಳು ಒಂದು ಮಾತು ಹೇಳಿಲ್ಲಾ.
ಅಂತೂ ನೀವು ಕೊನೆಗೂ ಮದುವೆ ಅದಿರಲ್ಲ ಮದನ್,
ಕಾಂಗ್ರ್ಯಾಟ್ಸ್ ಅವಳು ಹೇಳಿ ಮುಗಿಸುವಷ್ಟರಲ್ಲಿ,
" ಮೇಡಂ, ಮೊದಲನೆಯದಾಗಿ ನಾನು ಮದನ್ ಅಲ್ಲಾ,
ನಾನು ರತ್ನೇಶ್, ನಿಮ್ಮ ಹೆಸರೇನು ,ನೀವು ಹೇಳಿದ್ದು ನಿಜಾನಾ
ಅವಳು ಸೆಲೆಕ್ಟ್ ಅದಾಳ. " ಎಂದು ಅವಳಿಗೆ ಕೇಳಿದೆ.
ಅದಕ್ಕೆ ಅವಳು "ನಾನು ಸೋನು, ಹೇಮಾಳಾ ಗೆಳತಿ ನಾವು
ಒಟ್ಟಿಗೆ ಕಲಿತವರು, ಅವಳು ಇಂಡಿಯಾದ ಅತಿ ದೊಡ್ಡ
ಫ್ಯಾಷನ್ ಡಿಸ್ಯೆನ್ ಕಾಂಪಿಟೇಷನ್ ಗೆ ಆಯ್ಕೆ ಆಗಿದ್ದಾಳೆ. ಇದು
ಅವಳ ಅತಿ ದೊಡ್ಡ ಕನಸು. ಆದರೆ ಆ ಕನಸು
ಜಾಸ್ತಿ ಉಳಿಯಲಿಲ್ಲಾ. ಹೌದು ನಿಮಗೆ ಅವಳು ಏನೂ
ಹೇಳಲೆ ಇಲ್ವಾ. " ಎಂದಳು ಸೋನು.

"ಒಹೋ ಹೌದೇ, ನೀವು ನನಗೆ
ಒಂದು ಸಹಾಯ ಮಾಡುತ್ತೀರಾ, ದಯವಿಟ್ಟು ಈ ವಿಷಯ

ಅವಳಿಗೆ ತಿಳಿಸಬೇಡಿ, ನಾನು ಅವಳಿಗೆ ಸರ್ಪ್ರೈಸ್ ಕೊಡಬೇಕು ಅಂತಾ ಇದ್ದೇನೆ,
ಅವಳು ಯಾವತ್ತೂ ಖುಷಿಯಾಗಿರಬೇಕು. ಯಾಕೋ ತುಂಬಾ ಬೇಸರದಲ್ಲಿದ್ದನ್ನು ನಾನು ಕಂಡಿರುವೆ ಏನೊ ಆಗಿದೆ ಅವಳ ಬದುಕಲ್ಲಿ ಅನ್ನೋದನ್ನ ನಾನು ತಿಳಿದಿರುವೆ .ಹೌದು ಈ ಮದನ್ ಯಾರೂ,ಅವಳ ಬದುಕಿನಲ್ಲಿ ಏನಾಗಿದೆ ಅಂತದ್ದು ನೀವು ನನಗೆ ಒಂದು ದಿನ ಸಿಗಬಹುದೇ, ಎಲ್ಲಾ ವಿಷಯ ತಿಳಿಸಬಹುದೇ...?,
ನಿಮ್ಮ ಫೋನ್ ನಂಬರ್ ಕೊಡಿ ಎಂದು ಅವಳಲ್ಲಿ ಕೇಳಿದೆ.

"ಸರಿ "
ಎಂದು ಹೇಳಿ ಸೋನು ನಂಬರ್ ಕೊಟ್ಟು ಫೋನ್ ಇಟ್ಟಳು. ನಾನು ಹೋಗಿ ಮಲಗಿದೆ.

ಸಮಯ ಬೆಳಿಗ್ಗೆ 5.00ಗಂಟೆ .
ಹೇಮಾ ಇನ್ನು ಏಳಲೆ ಇಲ್ಲಾ. ನಾನು ಎದ್ದು ಸ್ನಾನ ಮುಗಿಸಿ ಫ್ರೆಶ್‌ಅಪ್ ಆಗಿ ಬಂದೆ. ಆದರೆ ಹೇಮಾ ಆಗಲು ಏಳಿರಲಿಲ್ಲ . ಇನ್ನು ಲೇಟ್ ಆದರೆ ಮನೆಯಲ್ಲಿ ಬಗ್ಗೆ ಏನೂ ಅಂದು ಕೊಳ್ಳಬಹುದು ಎನ್ನುತ್ತಾ ಅವಳ ಎಚ್ಚರಿಸುವ ಪ್ರಯತ್ನ ಮಾಡಿದೆ ಆದರೆ ಅವಳು ಎಷ್ಟೇ ಎಬ್ಬಿಸಿದರು ಏಳಲೆ ಇಲ್ಲಾ. ಒಂದು ಲೋಟ ನೀರು ತಂದು ಅವಳ ಮುಖಕ್ಕೆ ಹಾಕಿದೆ . ಒಮ್ಮೆಲೇ ಎದ್ದು "ಯಾರೂ ನೀನು ನನ್ನ ರೂಮಲ್ಲಿ ಏನ್ ಮಾಡ್ತಾ ಇದ್ದೀಯ" ಎಂದು ಕಿರಿಚಿದಳು.
ತಕ್ಷಣವೆ ಅವಳ ಬಾಯಿ ಮುಚ್ಚಿ "ನಾನು ನಿನ್ನ ಗಂಡ ಕಣೆ, ನಿನ್ಗೆ ಏನಾಗಿದೆ ಎನ್ನುದನ್ನ ನೆನಪಿಸಿಕೊ" ಎಂದ

ತಕ್ಷಣ ಸುಮ್ಮನಾದಳು ಹೇಮಾ.
"ಸರಿ ನೀನು ಈಗ ಫ್ರೆಶ್ ಅಪ್ ಆಗಿ ಬಾ. ದೇವರ ಪೂಜೆ ಮಾಡಬೇಕು, ಹಾಗು ದೇವಸ್ಥಾನಕ್ಕೆ ಹೋಗಿ ಬರಲಿಕ್ಕೆ ಉಂಟು "ಅಂತಾ ಹೇಳಿ ಅವಳು ಫ್ರೆಶ್ ಅಪ್ ಆಗಿ ಬರುವ ತನಕ ಕಾದೆ ಒಂದು ಎಷ್ಟು ಹೊತ್ತು ಬಾತ್ರೂಮ್ನ ಹೋದವಳ ಪತ್ತೆ ಇರಲಿಲ್ಲ. ಮೆಲ್ಲನೆ ಕೂದಲು ಕೆದರುತ್ತಾ ಬಂದಳು. ಇನ್ನು ತಲೆ ಬಾಚಿ ಎಲ್ಲಾ ಆಗಿ ನಾವು ದೇವರ ಕೋಣೆಗೆ ಬಂದು ದೇವರ ಪೂಜೆ ಮಾಡಿ ಬಳಿಕ ದೇವಸ್ಥಾನಕ್ಕೆ ಹೋಗಿ ಬಂದೆವು .

ನಾವೆಲ್ಲಾ ಒಟ್ಟಿಗೆ
ಕುಳಿತು ಊಟ ಮಾಡುತ್ತ ಇದ್ದೆವು. ನಾನು ಅಪ್ಪನ ಬಳಿ "
ಅಪ್ಪ ನಾವು ನಾಳೆ ಬೆಂಗಳೂರಿಗೆ ಹೋಗಬೇಕು,
ನನಗೆ ಆಫೀಸ್ನಿಂದ ಕಾಲ್ ಬಂದಿತ್ತು ,
ನಾನು ನಾಳೆ ಹೋಗಲೇ ಬೇಕು ಕೆಲವು ದಿನದಿಂದ ಬಾಕಿ ಉಳಿದ ಕೆಲಸ ಮುಗಿಸಬೇಕು ಅದಲ್ಲದೆ ನಾಳದ್ದು ಬೇರೆ ಹೆಡ್ ಆಫೀಸ್ ನಿಂದ ಆಫೀಸರ್ ಬರ್ತಾರೆ.
ಅವರು ಹೇಗೆ ಅಂತಾ ನಿಮಗೆ ಗೊತ್ತು ತಾನೆ ಅಪ್ಪ.
"ಎಂದೆ ನಾನು ಅದಕ್ಕೆ ಅಮ್ಮ "ಅಲ್ವೋ ಮದುವೆ ಆಗಿ ಎರಡು ದಿನಕ್ಕೆ ಹೊರಡೋದ,
ಬೇಡ ಒಂದು ವಾರ ಆದ್ಮೇಲೆ ಬೇಕಾದರೆ ಹೋಗು "
ಎಂದರು ಅಮ್ಮ.
"ಇರ್ಲಿ ಬಿಡು ಕಣೆ, ಅವರು ಹೋಗಲಿ, ಅವರಿಗೂ ಸ್ವಲ್ಪ ಪ್ರೈವಸಿ ಸಿಗುತ್ತೆ, " ಎಂದು ಅಮ್ಮನನ್ನು ಅಪ್ಪ ಸಮಾಧಾನ ಮಾಡಿದರು.
"ನಿಂಗೆ ಯಾವುದೆಲ್ಲಾ ಬಟ್ಟೆ ಬೇಕು ಅದೆಲ್ಲಾ ತೆಗೆದುಕೊಳ್ಳು, ಏನೆಲ್ಲಾ ಬೇಕು ಅದೆಲ್ಲಾ

ನನ್ನವಳು

ಇವತ್ತೇ ಪ್ಯಾಕ್ ಮಾಡ್ಕೋ "ಅಂತಾ ಹೇಳಿದ್ದೆ ತಡ ಮೊದಲೆ
ಸಿಟ್ಟಲ್ಲಿದ್ದ ಹೇಮಾ ಅರ್ಧಕ್ಕೆ ಊಟ ಬಿಟ್ಟು,
ಎದ್ದು ರೂಮಿಗೆ ಹೋದಳು.
"ನೋಡೇ ಅವಳಿಗೆ ಎಷ್ಟೊಂದು ಖುಷಿ,
ಊಟಕೂಡಾ ಬೇಡ ಅವಳಿಗೆ ಈಗ "
ಎಂದು ರೇಗಿಸುತ್ತ ಇದ್ದರು ಅಪ್ಪ.

ನಾನು ಹೇಮಳಾ ಹಿಂದೆಯೇ ರೂಮಿಗೆ ಹೋದೆ. "sorry ಕಣೆ,
ಆದ್ರೆ ನಾವು ಇಲ್ಲಿದಷ್ಟು ನಮ್ಮ ತಂದೆ ತಾಯಿಗೆನೇ ತೊಂದರೆ,
ಅವರಿಗೆ ಏನಾದ್ರು ವಿಷಯ ಗೊತ್ತಾದ್ರೆ ಅಂತಾ ಅದಕ್ಕೆ
ನಾವು ಈಗ ಬೆಂಗಳೂರಿಗೆ
ಹೋಗಬೇಕು "ಅಂತೆಲ್ಲಾ ಹೇಳಿ ಸಮಾಧಾನ
ಪಡಿಸಿದೆ ಅವಳನ್ನ.

ಮಾರನೇ ದಿನ ನಾವು ಅಪ್ಪ ಅಮ್ಮ ನಾ ಆಶೀರ್ವಾದ ಪಡೆದು,
ದೇವರಿಗೆ ಕೈ ಮುಗಿದು ಬೆಂಗಳೂರಿಗೆ ಹೊರಟೆವು.
ಉಡುಪಿಯಿಂದ ಶುರುವಾಗಿತ್ತು ನನ್ನವಳೊಂದಿಗೆ ನನ್ನ ಹೊ
ಸ ಪ್ರೇಮದ ಪಯಣ.

ತುಂಬಾ ಲಾಂಗ್ ಜರ್ನಿ ಅದರಿಂದ ಪಾಪ ಆಕೆಗೆ ನಿದ್ರೆ ಬಂದಿ
ತ್ತು.
ಗೂಬೆ ಮಲಗುತ್ತಾ ನನ್ನ ಹೆಗಲ ಮೇಲೆ ತಲೆಯಿಟ್ಟು ಮಲಗಿ
ದ್ದಳು. ನನ್ನ ಮನಸಿನೊಳಗೆ ಏನೂ ಖುಷಿ. ಆದರೆ
ಅದನ್ನು ತೋರಿಸಿಕೊಳ್ಳುವಂತಿಲ್ಲಾ. ಅಂತೂ ಇಂತೂ ನಮ್ಮ
ಪ್ರಯಾಣ ಬೆಂಗಳೂರಿಗೆ ಬಂದು ತಲುಪಿತು, ಕುಂಭಕರಿಣಿ
ಇನ್ನು ಎದ್ದೆ ಇಲ್ಲಾ. ನಾನು ಹಾಗು ಹೀಗೂ ಎಬ್ಬಿಸಿದೆ,

ನನ್ನವಳು

ಎಲ್ಲಾ ಲಗೇಜ್ ನಾನೇ ತರುವೆ ನೀನು ಹೋಗಿ ಬೀಗ ತೆಗೆ
ನೋಡು ಆ ಫಸ್ಟ್ ಫ್ಲೋರ್
ನಲ್ಲಿ ನಿನಗೆ ಅಲ್ಲೊಂದು ರೂಮ್ ಕಾಣಿಸ್ತಾ
ಇದೆಯಲ್ಲ ಅದುವೇ ನಮ್ಮ ರೂಮ್ " ಅಂದೆ.

"ಇಲ್ಲಾ ಇಲ್ಲಾ ಅದೆಲ್ಲಾ ಆಗುದಿಲ್ಲ."ಎಂದಳು ಹೇಮಾ.
"ಹೌದ ಆಗಲ್ವ,
ಸರಿ ನಾನು ಹೋಗಿ ರೂಮ್ ಬಾಗಿಲು ತೆಗೆಯುತ್ತೆನೇ "ಎಂದು ಹೇಳಿ ರೂಮಿನತ್ತ ನಡೆದೆ. ಪಾಪಚ್ಚಿ ನನ್ನ ಮತ್ತು ಅವಳ ಲಗೇಜ್ ಎತ್ತಿ ಕೊಂಡು ಕಷ್ಟ ಪಟ್ಟು ಹೆಜ್ಜೆ ಇಡುತ್ತಾ ಬರುತಿದ್ದಳು. ನಾನು ಮೆಲ್ಲನೆ ಹೋಗುತ್ತಿದೆ.
ಒಮ್ಮೆಲೆ ಕಾಲು ಎಡವಿ ಬಿದ್ದಳು ಹೇಮಾ.ಓಡಿ ಬಂದೆ "
ಏನಾಯ್ತು ಹೇಮಾ. ನಿನಗೆ ಹೇಳಿದ್ದೆ,
ನೀನು ಕೇಳಲೇ ಇಲ್ಲಾ ಈಗ ನೋಡಿದ್ಯಾ ಏನಾಯಿತು ಅಂತಾ . ಅವಳ
ಕಾಲು ಉಜ್ಜಿ ಅವಳನ್ನ ಎತ್ತಿಕೊಂಡು ರೂಮಿನ ಬಳಿ ಬಂದೆ. ರೂಮ್ನಾ ಬೀಗ ತೆಗೆದು ಅವಳನ್ನ ಸೋಫಾದಲ್ಲಿ ಮಲಗಿಸಿ. ನಾನು ಲಗೇಜ್ ಎಲ್ಲಾ ತಂದು ಒಳಗೆ ಇಡುತ್ತಾ ಇದ್ದಾರೆ ಪಾಪಚ್ಚಿ ನನ್ನ ನೋಡುತ್ತಾ ಇದ್ದಳು. "
ಅದೇನೇ ನನ್ನ ತಿನ್ನುವ
ಹಾಗೆ ನೋಡ್ತಾ ಇದ್ದೀಯ ಏನಾಯ್ತೆ? " ಎಂದೆ ನಾನು.

"ಅದು ಏನಿಲ್ಲ, ನೀವು ಯಾಕೆ ನನ್ನ ಎತ್ತಿ
ಕೊಂಡು ಬಂದದ್ದು," ಎಂದು ನನ್ನ ಪ್ರಶ್ನಿಸಿದಳು ಹೇಮಾ.
" ಇನೇನು ಅಲ್ಲಿಯೇ ಬಿಟ್ಟು ಬರಬೇಕಿತ್ತಾ.
ನಿಂಗೆ ಕಾಲು ಎಡವಿ ಬಿದ್ದದ್ದು ಕಾಲಲ್ಲಿ ಗಾಯ ಆದದ್ದು
ಗೊತ್ತಿಲ್ವ. ನಿನ್ನಿಂದ ನಡಿಯೋಕೆ ಬೇರೆ ಆಗಲ್ಲ ,

ಅಷ್ಟೊಂದು ಮೆಟ್ಟಲೇರಿ ನೀನು ಬರ್ತಿಯಾ . ಸರಿ ನೀನು ಈ
ಗ ಮೊದಲು
ಫ್ರೆಶ್ ಆಗು ಅಷ್ಟರಲ್ಲಿ ನಾನು ಅಡುಗೆ ಮಾಡುವೆ ನಂತರ
ವಟ
ಮಾಡಿ ನೀನು ರೆಸ್ಟ್ ಮಾಡು ಹೇ ಇನ್ನೊಂದು ವಿಷಯ ಕಣೆ
ಫ್ರೆಶ್ ಅಪ್ ಆದ್ಮೇಲೆ ಗಾಯಕ್ಕೆ ಫಸ್ಟ್ ಏಡ್ ಮಾಡು
.ಏನಾದರೂ ಬೇಕಾದರೂ ನನ್ನ ಕೇಳು." ಎಂದೆ.

ನಾನು ಅಡುಗೆ ಮುಗಿಸುವಷ್ಟರಲ್ಲಿ ಹೇಮಾ ಫ್ರೆಶ್ ಅಪ್ ಆಗಿ ಗಾಯಕ್ಕೆ ಫಸ್ಟ್ ಏಡ್ ಬೆಡ್ ಮೇಲೆ ಮಲಗಿದ್ದಳು. ನಾನು ಊಟ ತಂದು ಅವಳನ್ನ ಎಬ್ಬಿಸಿ ಊಟ ಮಾಡಿಸಿ,
ಅವಳನ್ನ ಮಲಗಿಸಿ, ನಾನು ಸೋನು ವಿಗೆ ಕರೆ
ಮಾಡಿ ಅವಳನ್ನ ಕಾಫಿ ಕೆಫೆಗೆ ಬರಲು ಹೇಳಿ, ನಾನು ಮನೆ
ಯಿಂದ ಹೊರಟೆ.

ಕಾಫಿ

ಕೆಫೆಯಲ್ಲಿ ನಾನು ಮತ್ತು ಸೋನು ಒಂದು ಟೇಬಲ್ ನಲ್ಲಿ ಕುಳಿತು ಕಾಫಿ ಕುಡಿಯುತ್ತಾ ಅವಳಲ್ಲಿ ಕೇಳಿದೆ "ನೀವು ನಿನ್ನೆ ಹೇಳಿದ್ದು ನಿಜವಾ, ಅಲ್ಲಾ ನನಗೆ
ಅವಳು ಫ್ಯಾಷನ್ ಡಿಸೈನರ್ ಅಂತಾ ಗೊತ್ತೇ ಇರಲಿಲ್ಲಾ.
ಮುಂದಿನ ವಾರ ಕಾಂಪಿಟೇಷನ್ ನಾನು ಅವಳನ್ನ ಕರೆದು
ಕೊಂಡು ಬರುತ್ತೇನೇ ಅವಳಿಗೆ ಈ
ಪ್ರೈಜ್ ಬಂದಿರುವ ವಿಷಯ ತಿಳಿಸಬೇಡಿ ಹಾಗು ನಾನು ಅವ
ಳಿಗೊಂದು ಫ್ಯಾಷನ್ ಡಿಸೈನ್ ಸಂಸ್ಥೆ ಮಾಡಿಕೊಡುವೆ ನೋ

ಡಿ ನನಗೆ ಅದರ ಬಗ್ಗೆ
ಮಾಹಿತಿ ಇಲ್ಲಾ ಅದಕ್ಕೆ ನಿಮ್ಮ ಸಹಾಯದ ಅಗತ್ಯವಿದೆ "
ಎಂದು ಹೇಳಿದೆ ಅದಕ್ಕೆ ಸೋನು ಒಪ್ಪಿಗೆ ಕೊಟ್ಟರು.
"ಹೌದು ನೀವು ನಿನ್ನೆ ಮದನ್
ಅಂತಾ ಹೇಳಿದ್ರುಲ್ಲ ಅದು ಯಾರೂ? "
ಸೋನುವಿನಲ್ಲಿ ಕೇಳಿದೆ.
"ಅದೊಂದು ದೊಡ್ಡ
ಕಥೆ. ಹೇಮಾ ಮತ್ತು ಮದನ್ ಫ್ಯಾಷನ್ ಡಿಸೈನ್ ಕಲಿಯು
ವಾಗಿನಿಂದ ಪರಿಚಯ. ಇವರು ತುಂಬಾ ಪ್ರೀತಿಸುತ್ತಿದ್ದರು.
ಅವನ ಬಗ್ಗೆ ಹಿಂದೆ ಮುಂದೆ, ನೋಡದೆ -
ಕೇಳದೆ ಪ್ರೀತಿ ಮಾಡುತ್ತಿದ್ದಳು . ಎರಡು ತಿಂಗಳು ಪ್ರೀತಿ
ಏನೊ ಚೆನ್ನಾಗಿತ್ತು,ಅಂದು ಅವಳ
ಹುಟ್ಟುಹಬ್ಬ ನಾವೆಲ್ಲಾ ಸಣ್ಣದಾಗಿ ಒಂದು ಹೋಟೆಲ್
ನಲ್ಲಿ ಪಾರ್ಟಿ ಅರೆಂಜ್ ಮಾಡಿದ್ದೆವು. ಅವಳು ವಾಶ್ ರೂಮ್
ಗೆ ಹೋಗುತಿರುವಾಗ ಮದನ್ ಒಬ್ಬಳು ಹುಡುಗಿಯೊಟ್ಟಿಗೆ
ಭುಜಕ್ಕೆ ಕೈ ಹಾಕಿ ಹೋಗುದನ್ನ ಇವಳು ಕಂಡಳು. ಅವನ
ನ್ನು ಕಂಡು ಇವಳು ಅವನ ಹಿಂದೆಯೆ ಹೋಗಿ ನಿಲ್ಲಿಸಿ
, ಹೇ ಮದನ್ ಇದೆಲ್ಲಾ ಏನು..?
? ಯಾರಿವಳು...? ಅಂತೆಲ್ಲಾ ಅವನಲ್ಲಿ ಪ್ರಶಿಸಿದಾಗ ನೀನು
ಯಾರೂ,
ನನ್ನಿಂದ ಏನಾಗಬೇಕು ಎಂದು ಪರಿಚಯವಿಲ್ಲದಂತೆ
ನಟಿಸಿದ.ಪಾಪ ಮೃದುಮನಸ್ಸಿನ ಹುಡುಗಿ ಅಳುವು ತಡೆಯ
ಲಾಗದೆ ವಾಶ್ ರೂಮ್ ಹೋಗಿ ಅಳುತ್ತಲ್ಲಿದ್ದಳು. ನಾನು
ಅವಳನ್ನ ಹಿಂಬಾಲಿಸಿದೆ ನಂತರ ಅವಳಿಗೆ ಸಮಾಧಾನ
ಪಡಿಸಿ ನನ್ನ ಮನೆಗೆ ಕರೆದುಕೊಂಡು ಬಂದೆ . ನಂತರ
ಆ ಕಾಲೇಜು ಬಿಟ್ಟು ನಾವು ಬೇರೆ
ಕಾಲೇಜು ಸೇರಿ ನಮ್ಮ ಫ್ಯಾಷನ್ ಡಿಸೈನ್ ಕೋರ್ಸ್ ಮುಗಿಸಿ

ನಾವು job ಗೆ ಸೇರಲು ನಾವು
ಒಂದು ಡಿಸೈನ್ ರೆಡಿ ಮಾಡಿದ್ದೆವು
ಆದರೆ ಹೇಮಾಳಿಗೆ ತನ್ನದೇ ಅದ ಸಂಸ್ಥೆ ಕಟ್ಟುವ ಬಯಕೆ.
ಆವಾಗ ನಮಗೊಂದು ಈ ಅವಕಾಶ ಸಿಕ್ಕಿದ್ದು,
ಹೀಗೆ ಸೋಶಿಯಲ್
ಮೀಡಿಯಾದಲ್ಲಿ ಅಡ್ವಟೈಸಿಮೆಂಟ್ ನೋಡಿದಳು ಹೇಮಾ.
ಈ ಕಾಂಪಿಟೇಷನ್ಗೆ ನಾವು ಯಾಕೆ ನಮ್ಮ ಡಿಸೈನ್ ಕಳುಹಿಸ
ಬಾರದು ಎಂದು ಹೇಳಿ ಒತ್ತಾಯ ಮಾಡಿಸಿ ನಾವು ನಮ್ಮ ಡಿ
ಸೈನ್ ಕಳುಹಿಸಿದೆವು.
ಆದರೆ ಕಳುಹಿಸಿದ ಎರಡು ದಿನದ ನಂತರ ಅವಳ ತಂದೆಗೆ
ಹುಶಾರ್ ಇಲ್ಲಾ ಅಂತಾ ಊರಿಗೆ ಹೋಗಿದ್ದಳು.
ಅನಂತರ ಅವಳು ಬೆಂಗಳೂರಿಗೆ ಬಂದದ್ದು ಇವತ್ತೆ.
ಅದಕ್ಕಾಗಿಯೆ ಅವಳು ತುಂಬಾ ಬೇಸರದಲ್ಲಿದ್ದಾಳೆ.
ಒಂದು ಕಡೆ ಪ್ರೀತಿಸಿದ ಹುಡುಗನಿಂದ ಮೋಸ ಇನ್ನೊಂದು
ಕಡೆ ತಂದೆಗೆ ಹುಷಾರು ಇಲ್ಲಾ,
ಮತ್ತೊಂದು ಕಡೆ ತನ್ನ ಆಸೆ ಈಡೇರಲಿಲ್ಲಾ ಅನ್ನೋ ಬೇಜಾ
ರು." ಎಂದು ಸೋನು ಹೇಮಾಳಾ ಕಥೆ ತಿಳಿಸಿದಳು.
"ಹಾಹಾ ಮತ್ತೊಂದು ವಿಷಯ ನಮ್ಮ ಈ
ಕಾಂಪಿಟೇಷನ್ ಇರೋದು ಅವಳ ಹುಟ್ಟುಹಬ್ಬದಂದು
"ಎಂದಳು ಸೋನು.

"ಇಷ್ಟೆಲ್ಲಾ ಕಥೆ ನಡೆದಿತ್ತೆ,
ಶೇ ನಾನು ಅವಳನ್ನು ಅವಳನ್ನ ಒಂದು ಮಾತು ಕೇಳದೆ
ಮದುವೆ ಅದೆ. ನಾನು ದೊಡ್ಡ ತಪ್ಪು ಮಾಡಿದೆ ಅನ್ನಿಸುತ್ತೆ.
ಸರಿ ಆದದ್ದು ಆಯಿತು ಇನ್ನಾದರೂ ಅವಳು ಖುಷಿಯಾಗಿರ
ಬೇಕು, ಅವಳ ಕನಸನ್ನು ನಾನು ನಿಜ
ಮಾಡುವೆ "ಎಂದೆ ನಾನು.

"ಆಗುದೆಲ್ಲ ಒಳ್ಳೆಯದಕ್ಕೆ. ನಿಮ್ದು ಏನು ತಪ್ಪಿಲ್ಲ,
ನಿಮ್ಮಂತ ಒಳ್ಳೆ ಗಂಡ ಸಿಕ್ಕಿದು ಅವಳ ಪುಣ್ಯ."
ಸೋನು ಹೀಗೆ ಹೇಳುತಿರುವಾಗ ಅವಳಿಗೆ ಒಂದು ಕರೆ ಬಂತು
.

"ಬಂಗಾರು ನೀನು ನನಗೆ ನಿನ್ನೆ ಕಾಲ್ ಮಾಡಿದ್ಯಾ,
ಯಾರೂ ನಿನ್ನೊಂದಿಗೆ ನಿನ್ನೆ ಮಾತಾಡಿದ್ದು,
ಏನು ವಿಷಯಕ್ಕೆ ಕಾಲ್ ಮಾಡಿದ್ದು.
"ಎಂದು ಹೇಮಾ ಸಾವಿರ ಪ್ರಶ್ನೆಗಳ ಸುರಿಮಳೆ ಒಮ್ಮೆಲೇ
ಸೋನುವಿಗೆ ಸುರಿಸಿದಳು. "ಅರೆ ಅರೆ ಸ್ವಲ್ಪ ನಿಲ್ಲೆ,
ಇಷ್ಟೊಂದು ಪ್ರಶ್ನೆ ಕೇಳಿದರೆ ನಾನು ಯಾವುದಕ್ಕೆ ಅಂತ ಉ
ತ್ತರಿಸಲಿ.ಸ್ವಲ್ಪ ತಾಳ್ಮೆ ಇರಲಿ ಎಲ್ಲದಕ್ಕೂ ಉತ್ತರಿಸುವೆ ಒಂ
ದೊಂದಾಗಿಯೆ ಹೇಳುವೆ. ನಿನ್ನೆ ಕಾಲ್ ರಿಸೀವ್ ಮಾಡಿದ್ದೂ
ನಿನ್ನ ಗಂಡ ರತ್ನೇಶ್. ನೀನು ಇಷ್ಟ ದಿನ ಆದರೂ
ಬೆಂಗಳೂರಿಗೆ ಬರಲಿಲ್ಲ ಅಲ್ಲಾ
ಅದಕ್ಕೆ ಕಾಲ್ ಮಾಡಿದ್ದೆ ಅಷ್ಟೇ ಕಣೆ." ಎಂದು
ತೊದಲು ಮಾತಿನಲ್ಲಿ ಸುಳ್ಳು ಹೇಳಿದಳು ಸೋನು.
"ಹೇ ನೀನು ಅವರಲ್ಲಿ ಹಳೆಯ ವಿಷಯ ಹೇಳಿಲ್ಲಾ ತಾನೆ,
ಅಂದ ಹಾಗೆ ನಾನು ಈ ಇದ್ದೇನೆ ಇವರ ರೂಮಿನಲ್ಲಿ.
ಪಾಪ ಕಣೆ ನನ್ನಿಂದ ಯಾಕೋ ಇವರ ಬದುಕು ಹಾಳುಗುತ್ತಾ
ಇದೆ ನಾನು ಇವರಿಗೆ ಡೈವೋರ್ಸ್ ಕೊಡಬೇಕು ಅಂತಾ ಇದ್ದೇ
ನೆ ಒಂದು ಒಳ್ಳೆ ಲಾಯರ್
ಇದ್ರೆ ಹೇಳೇ. "ಎಂದು ಕೇಳಿದಳು ಹೇಮಾ.
ಅದಕ್ಕೆ ಸೋನು ತೊದಲು ನುಡಿಯುತ್ತಾ "ಅದು
ಅದು ನೀನು . ಮೊದಲು ಅವರಲ್ಲಿ ಕೇಳಿ
ನೋಡು ಮತ್ತೆ ಲಾಯರ್ ಬಗ್ಗೆ ಯೋಚನೆ ಮಾಡು. ಸರಿ

ನನಗೆ ಈಗ ಒಂದು ಅರ್ಜೆಂಟ್ ಕೆಲಸ ಇದೆ ಆಮೇಲೆ ಕಾಲ್ ಮಾಡ್ತೇನೆ ಕಣೆ" ಎಂದು ಹೇಳಿ ಕರೆ ಇಟ್ಟಳು ಸೋನು.

ಫೋನಲ್ಲಿ ಹೇಳಿದ ಎಲ್ಲಾ ಮಾತನ್ನು ನನಗೆ ತಿಳಿಸಿದಳು ಸೋನು.ನಂತರ ನಾವು ಮನೆಗೆ ಹೊರಟೆವು.

ನಾನು
ಮನೆಗೆ ಬಂದು ಫ್ರೆಶ್ ಆಗಿ ಅಡುಗೆ ಮಾಡೋಣ ಅಂತಾ ಅ ಡುಗೆ ಮನೆಗೆ ಹೋದಾಗ ಅಲ್ಲಿ ಘಮ ಘಮ ಸುವಾಸನೆ, ನನಗಾಗಿ ಬೊಂಬಾಟ್ ಭೋಜನವೆ ರೆಡಿ ಮಾಡಿದ್ದಳು ಹೇ ಮಾ.

"ಅಲ್ವೇ ನೀನೇಕೆ ಇಷ್ಟು ತೊಂದರೆ ತೆಗೆದುಕೊಂಡೆ. ನಾನು ಅಡುಗೆ ಮಾಡುತಿದ್ದೆ"ಎಂದ ತಕ್ಷಣ " ಹೌದು ಸ್ವಾಮಿ ನೀವು ನಳಪಾಕ ಮಹಾರಾಜರು ಅಲ್ಲವೇ. ? ನನಗು ಅಡುಗೆ ಬರುತ್ತೆ. ನೀವೇ ಯಾಕೆ ಮಾಡಬೇಕು ಸ್ವಲ್ಪ ನನ್ನ ಕೈ ರುಚಿ ಕೂಡಾ ತಿನ್ನಿ"ಎನ್ನುತ್ತಾ ಊಟ ಬಡಿಸಿದಳು.
"ರತ್ತು ನಾನು ನಿಮ್ಮಲ್ಲಿ ಒಂದು ಮಾತು ಕೇಳಬಹುದೇ..? "ಎಂದು ಪಿಸುಧ್ವನಿಯಲ್ಲಿ ಕೇಳಿದಳು.ನನಗೆ ವಿಷಯ ತಿಳಿದಿ ತ್ತು ಆದರೂ ಅವಳಿಂದಲೆ ತಿಳಿಯಬೇಕೆಂದು
"ಸರಿ ಅದೇನು ಅಂತಾ ಹೇಳೇ "ಎಂದೆ. ಅದಕ್ಕೆ ಅವಳು " ನನ್ನಿಂದ ನಿಮಗೆ ಸುಮ್ಮನೆ ತೊಂದರೆ,c
ನೀವು ಚೆನ್ನಾಗಿರಬೇಕು ಅದಕ್ಕೆ ನಾವು ಡೈವೋರ್ಸ್ ಮಾಡುವ " ಎಂದು ಕೇಳಿಯೇ ಬಿಟ್ಟಳು. " ನಿನ್ನ ಇಷ್ಟದಂತೆ ಆಗಲಿ ಆದರೆ ಒಂದು ಮಾತು ಅದೆಲ್ಲ ಬೇಡ ಅಂತಾ ನನಗೆ ಅನಿಸುತ್ತೆ. ನಾವು ಒಳ್ಳೆಯ ಫ್ರೆಂಡ್ಸ್ ಅಂದ್ಮೇಲೆ ನನಗೆ ಯಾವ

ನನ್ನವಳು

ತೊಂದರೆಯು
ಇಲ್ಲಾ ಕಣೆ.ಆದರೆ ಇವಾಗ ಡೈವೋರ್ಸ್ ಮಾಡುವುದು
ಉತ್ತಮವಲ್ಲ ಸ್ವಲ್ಪ ಸಮಯದ ಬಳಿಕ ನೋಡುವ . "ಎಂದೆ.
ಅದಕ್ಕೆ ಅವಳು ತಲೆ ಅಲ್ಲಾಡಿಸಿ ಸುಮ್ಮನಾದಳು.

ಕೆಲವು ದಿನಗಳ ನಂತರ

ಅವಳ ಹುಟ್ಟಿದ ಹಬ್ಬದ ಮುಂದಿನ
ನಾನು ಸೋನುವಿಗೆ ಕರೆ ಮಾಡಿ ನಾಳೆ ಕಾಂಪಿಟೇಷನ್
ಎಲ್ಲಿ ಹಾಗು ನೈಟ್ ಸಣ್ಣದಾಗಿ ಪಾರ್ಟಿ ಅರೆಂಜ್
ಮಾಡುವ ಬಗ್ಗೆ ಮಾತನಾಡಿ ನಾಳಿನ ರಾತ್ರಿಯ ಪಾರ್ಟಿಯ
ತಯಾರಿಯನ್ನು ಅಶೋಕ ಹೋಟೆಲ್ ನಲ್ಲಿ ನಾನು ,ಸೋನು,
ರವಿ, ರಾಜು, ನಯನ, ಚೈತ್ರ ಹಾಗು ರಿತೇಶ್
ಸೇರಿಕೊಂಡು ಮಾಡಿದೆವು.ಪಾರ್ಟಿಯ

ಎಲ್ಲಾ ತಯಾರಿ ಮುಗಿಸಿ ನಾಳಿನ ಕಾಂಪಿಟೇಷನ್
ಗೆ ಬೇಕಾದ ತಯಾರಿಮಾಡಿ
ನಂತರ ಎಲ್ಲರೂ ಮನೆಗೆ ಹೋದೆವು .

ನಾನು ಮನೆಗೆ ಹೋಗುವಷ್ಟರಲ್ಲಿ ಅಡುಗೆ ರೆಡಿ ಇತ್ತು .
ನಾನು ಫ್ರೆಶ್ ಅಪ್ ಆಗಿ ಬಂದೆ. ನಾನೇ ಊಟ ಬಡಿಸಿಕೊಂಡೆ.
"ಹೇಮಾ ನಿಂದು ಊಟ ಆಯ್ತಾ..? " ಎಂದೆ . ಅವಳು
ನೋಡುತ್ತಾ "ನೀವು ಮೊದಲು ಮಾಡಿ .
ನಾನು ಲೇಟ್ ಆಗಿ ಮಾಡುವೆ"ಎಂದಳು. "ಬಾ ಒಟ್ಟಿಗೆ ಊಟ
ಮಾಡುವ ನಾಳೆ ಸ್ವಲ್ಪ ಬೇಗಾ ಏಳ್ಬೇಕು .

ನನ್ನವಳು

ನಮಗೆ ಹೊರಗಡೆ ಹೋಗಲು ಇದೆ.
ದಯವಿಟ್ಟು ಇಲ್ಲಾ ಅನ್ನ ಬೇಡ.
"ನಾನು ಹೀಗೆಂದಾಗ ಅವಳು " ಆಯಿತು , ಸರಿ "
ಏನೂ ಇಷ್ಟ ಇಲ್ಲದ್ದಿದರು ಬಲವಂತಕ್ಕೆ ಒಪ್ಪಿದಂತೆ ಹೇಳಿದ
ಳು. ಊಟ ಮುಗಿಸಿ ಸ್ವಲ್ಪ ಬೇಗನೆ ಮಲಗಿಕೊಂಡೆವು.

ರಾತ್ರಿ 12 ಗಂಟೆ ಹೇಮಾಳಾ ಫೋನ್ ರಿಂಗ್ ಆಗ್ತಾ ಇದೆ.
"ಹೇಮಾ ನಿನ್ನ ಫೋನ್ ರಿಂಗ್ ಆಗ್ತಾ ಇದೆ ನೋಡೇ ಅದು
ಯಾರೆಂದು"ಕುಂಭಕರಣಿಗೆ ನಾನು ಹೇಳಿದ್ದು ಕೇಳಿಸಲೆ.
ನಾನು ಫೋನ್ ಡಿಸ್ಪ್ಲೇ ಯಲ್ಲಿ ಸೋನು
ವಿನ ನಂಬರ್ ನೋಡಿದಾಗ ತಿಳಿಯಿತು ಇವಳು ಬರ್ತ್ಡೇ ವಿ
ಶ್ ಮಾಡಲು ಕರೆ ಮಾಡಿದ್ದಾಳೆ ಅಂತಾ. ಅದೇನೇ
ಆಗ್ಲಿ ಇವತ್ತು ಹೇಮಾಳನ್ನ ಎಬ್ಬಿಸುವೆ ಅಂತಾ ಹೇಳಿ ಕಷ್ಟ
ಹೇಮಾಳಾ ಎಬ್ಬಿಸಿ ಹುಟ್ಟುಹಬ್ಬದ ಶುಭಾಶಯ
ತಿಳಿಸಿ ಫೋನ್ ಸ್ವೀಕರಿಸಲು ಹೇಳಿ ನಾನು ಮಲಗಿದೆ.

ಅವಳು ಫೋನ್ ನಲ್ಲಿ ಮಾತಾಡಿ ಅದ
ಮೇಲೆ ನನ್ನ ಬಳಿ ಕೇಳಿದಳು.
"ನಿಮಗೆ ಹೇಗೆ ಗೊತ್ತು ನನ್ನ ಬರ್ತ್ಡೇ ಅಂತಾ ,
ಯಾರೂ ಹೇಳಿದ್ದು " ಎಂದೆಲ್ಲಾ ಸಾವಿರ ಪ್ರಶ್ನೆ ಕೇಳಿದಳು.
"ನಿನಗೆ ಮೆಸೇಜ್ ಬಂದಿತ್ತು ಅದು ನೋಡಿದಾಗ ತಿಳಿಯಿತು.
ಬೇಗಾ ಮಲಗು ನಾಳೆ ಬೇಗಾ ಏಳಬೇಕು ತಾನೆ" ಎಂದೆ.
ಪಾಪಚ್ಚಿ ಮಲಗಿದಳು.

ಸಮಯ ಬೆಳಿಗ್ಗೆ 5.00ನಾನು ಎದ್ದು ಫ್ರೆಶ್ ಅಪ್ ಆಗಿ ಬಂದೆ. ಪಾಪಚ್ಚಿ ಇನ್ನು ಕೂಡಾ ಎದ್ದೆ ಇಲ್ಲಾ ನಾನು ಅವಳನ್ನ ಕಷ್ಟ ಪಟ್ಟು ಎಬ್ಬಿಸಿದೆ ನಂತರ ನಾನು ಅಡುಗೆ ಮನೆಗೆ ಹೋಗಿ ಚಾ -ತಿಂಡಿ ಮಾಡಿದೆ.
ಅವಳು ಫ್ರೆಶ್ ಆಗಿ ಬಂದಳು.
ನಂತರ ಮೊದಲು ದೇವರಿಗೆ ನಾವು ಕೈ ಮುಗಿದು ಚಾ - ತಿಂಡಿ ತಿಂದು ನನ್ನ ಕಾರಿನಲ್ಲಿ ಹೊರಟೆವು. ಮೊದಲು ನಾನು ಸೋನುವಿನ ಮನೆಗೆ ಹೋಗಿ ಅವಳನ್ನ ಕರೆದುಕೊಂ ಡು ಕಾಂಪಿಟೇಷನ್ ನಡೆಯುವ ಸ್ಥಳಕ್ಕೆ ಹೊರಟೆವು.
ಕಾರಿನಲ್ಲಿ ಅವರಿಬ್ಬರದ್ದು ಹರಟೆಯೋ ಎಷ್ಟೋ ದಿನಗಳ ಬ ಳಿಕ ಸಿಕ್ಕಿದ್ದು ಹೇಮಾಳಿಗೆ ಸೋನು. ಕಾಂಪಿಟೇಷನ್ ಸ್ಥಳಕ್ಕೆ ಬಂದು ಇಳಿದೆವು.
ನೋಡು ನನ್ನ ಮೊದಲ ಬರ್ತ್ಡೇ ಸರ್ಪ್ರೈಸ್ ಎಂದು ಹೇಳಿ ಅವರನ್ನು ಒಳಗೆ ಕರೆದುಕೊಂಡು ಹೋದೆ. ಅವಳ ಡಿಸೈನ್ ಸೆಲೆಕ್ಟ್ ಆಗಿ ಅವಳಿಗೆ ದಿ ಬೆಸ್ಟ್ ಫ್ಯಾಷನ್ ಡಿಸೈನರ್ ಆಫ್ ದಿ ಇಂಡಿಯಾ ಅನ್ನೋ ಪ್ರಶಸ್ತಿಯು ಲಭಿಸಿತ್ತು. ಸಂಜೆ ಕಾಂ ಪಿಟೇಷನ್ ಮುಗಿಸಿ ನಂತರ ಹೋಟೆಲ್ ಗೆ ಹೋಗಿ ಅಲ್ಲಿ ಬರ್ತ್ಡೇ ಪಾರ್ಟಿ ಮುಗಿಸಿ ರಿಸಾಪ್ಸನ್ ಬಳಿ ಬಿಲ್ ಕಟ್ಟಲು ನಾನು ಹೇಮಾ ಹಾಗು ಸೋನು ಬಂದೆವು.. ಹೇಮಾ "ನೀನಾ... "ಎಂದು ಸಿಟ್ಟಾಗಿ ಕಿರಿಚಿದಳು. "ಏನಾಯಿತು " ಗಾಬರಿಯಿಂದ ಕೇಳಿದಾಗ. ಸೋನು "ಇವನೇ ಮದನ್ " ಎಂದು ಹೇಳಿದಳು. " ಓಹೋ ಹೌದ.
ನನಗೆ ಎಲ್ಲಾ ವಿಷಯ ತಿಳಿದಿದೆ.ಏಗಿದ್ದಿರ ಬ್ರದರ್, ನೀವೇನು ಇಲ್ಲಿ "
ಎಂದು ನಾನು ಮೃದುವಾಗಿ ಪ್ರೀತಿಯಿಂದ ಕೇಳಿದೆ.
ಅದಕ್ಕೆ ಅವನು ಅದ

ಘಟನೆ ಹೇಳಿದ ಈಗ ಅವನಿಗೆ ಪುಟ್ಟ ಸಂಸಾರ ಇದೆ ಹಾಗು ಒಳ್ಳೆಯ ಮನುಷ್ಯನಾಗಿ ಜೀವನ ನಡೆಸುತ್ತಿದ್ದಾನೆ.
ನಾವು ಬಿಲ್ ಕಟ್ಟಿ ಅವನೊಂದಿಗೆ ಸ್ವಲ್ಪ ಹೊತ್ತು ಮಾತಾಡಿ ಮನೆಗೆ ಹೋದೆವು.
ಪಾಪಚ್ಚಿ ತುಂಬಾ ನಿದ್ದೆ ಬಂದಿತ್ತು ಕಾರಿನಲ್ಲೆ ನನ್ನ ಹೆಗಲ ಮೇಲೆ ತಲೆ ಹಾಕಿ ಮಲಗಿದಳು.
"ನೋಡಿ ಇವಳು ಎಷ್ಟು ಮುಗ್ಧೆ ನಿಮ್ಮಂತ ಗಂಡ ಸಿಕ್ಕಿದ್ದು ಹೇಮಳಾ ಪುಣ್ಯ "ಎಂದು ಹೇಳಿ ನನ್ನ ಅಟ್ಟಕ್ಕೆ ಏರಿಸಿ ಬಿಟ್ಟ ಳು ಸೋನು.
"ಹಾಗೆಲ್ಲ ಏನಿಲ್ಲ ಒಳೆಯ ಸ್ನೇಹಿತನಾಗಿ ಇಷ್ಟೆಲ್ಲಾ ಮಾಡಿದೆ, ಅಂದಹಾಗೆ ನಾನು ಒಂದು ಸೈಟ್ ಖರೀದಿಸಿದ್ದೆನ್ನ ಅದರ ಭೂಮಿ ಪೂಜೆ ನಾಳೆ ಮಾಡಿ ಬೇಗಾ ಕೆಲಸ ಶುರು ಮಾಡುವ ಇನ್ನು ಒಂದು ತಿಂಗಳಲ್ಲಿ ಎಲ್ಲ ಕೆಲಸ ಮುಗಿಯಬೇಕು.
"ಎಂದೆ ಅಷ್ಟರಲ್ಲಿ ಅವಳ ಮನೆಯು ಬಂದಿತ್ತು.
ಅವಳನ್ನ ಕಳುಹಿಸಿ ನಾವು ಮನೆಗೆ ಬಂದು ಊಟ ಮಾಡಿ ಮ ಲಗಿದೆವು .

ಮಾರನೇ ದಿನ
ನಾನು
ಎಂದಿನಂತೆ ಆಫೀಸ್ ಹೋಗುತ್ತೇನೆ ಎಂದು ಹೇಮಾಳಿಗೆ ಹೇ ಳಿ , ಸೋನು ಮತ್ತು ಅವಳ ತಂದೆ
ತಾಯಿಯನ್ನು ಮನೆಗೆ ಕರೆದುಕೊಂಡು ಸೈಟ್ ಬಳಿ ಬಂದೆ .
ಅಲ್ಲಿ ಅರ್ಚಕರು ಬಂದು ಸೋನುವಿನ ತಂದೆ
ತಾಯಿಯ ಕೈಯಲ್ಲಿ ಭೂಮಿ ಪೂಜೆ ಮಾಡಿದೆ.
ಮರುದಿನದಿಂದ ಕೆಲಸ ಆರಂಭವಾಯಿತು. ಸೋನು ಯಾವ ರೀತಿ ಆಫೀಸ್ ಇರಬೇಕು ಎಂದು ಇಂಜಿನಿಯರ್
ಗೆ ಹೇಳಿ ಅವಳೇ ಮುಂದೆ ಎಲ್ಲ ಕೆಲಸ ಮಾಡಿಸಿದಳು.

ನಾನು ಬೇಕಾದ
ಎಲ್ಲಾ ವ್ಯವಸ್ಥೆ ಹಾಗು ಹಣಕಾಸಿನ ವ್ಯವಸ್ಥೆ ಮಾಡಿದೆ.
ಒಂದು ತಿಂಗಳಲ್ಲಿ ಎಲ್ಲಾ ರೆಡಿ ಆಯಿತು
. ಆಫೀಸ್ ಉದ್ಘಾಟನೆ ಮಾಡಲು
ಒಂದು ಒಳ್ಳೆ ದಿನಾಂಕ ನೋಡಿ ನಿಶ್ಚಯಿಸಿದೆವು.
ಆದರೆ ಈಗ ತೊಂದರೆ ಇಲ್ಲಿಯೇ ಹೇಮಾಳನ್ನ ಹೇಗೆ ಕರೆದು ಕೊಂಡು ಬರುವುದೆಂದು ಅದಕ್ಕೆ ಸೋನು ಒಂದು ಉಪಾಯ ಮಾಡಿದಳು.
"ನಾನು ಒಂದು ಹೊಸ ಆಫೀಸ್ ಮಾಡಿದ್ದೇನೆ ಅದರ ಉ ದ್ಘಾಟನೆ ನೀನೇ ಮಾಡಬೇಕು" ಎಂದು
ಹೇಮಾಳಿಗೆ ಒತ್ತಾಯಿಸಿ ಒಪ್ಪುವಂತೆ ಮಾಡಿದಳು.ಹೇಮನೂ ಒಪ್ಪಿದಳು. ನಾನು ಸೋನುವಿನಲ್ಲಿ ಹೇಳಿದ್ದೆ ಈ ಆಫೀಸ್ ಮಾಡಿದ್ದು ನಾನೇ ಅಂತಾ ಅವಳಿಗೆ ಗೊತ್ತಾಗ ಬಾರದೆಂದು.

ಆಫೀಸ್ ಉದ್ಘಾಟನೆಯ ದಿನ
ನಾನು ಹೇಮಾಳನ್ನ ಕರೆದುಕೊಂಡು ಆಫೀಸ್ ಬಳಿ ಬಂದೆ, ಸೋನು ನಮ್ಮ ಬಳಿ ಬಂದು
" ಬಂದಿಯಾ ಬೇಗಾ ಬಾ ಉದ್ಘಾಟನೆ ಮಾಡು ಡಿಯರ್ ನಿನ ಗಾಗಿಯೇ ಕಾಯುತಿದ್ದೆ. " ಎಂದಳು.
ಎಲ್ಲರೂ ಉದ್ಘಾಟನೆ
ಮಾಡುವಲ್ಲಿ ಬಂದು ಸೇರಿದ್ದರು ಹೇಮಾ ಕೈಯಲ್ಲಿ ಕತ್ತರಿ ಹಿ ಡಿದು ಇನ್ನೇನು
ರಿಬ್ಬನ್ ಕಟ್ಟ್ ಮಾಡಬೇಕು ಅಷ್ಟರಲ್ಲಿ ಸೋನು "ಡಿಯರ್ ನಿನಗೊಂದು ವಿಷಯ ಹೇಳಬೇಕು ಈ ಆಫೀಸ್ ನನ್ನದಲ್ಲ ನಿ ನ್ನದು, ನಿನಗಾಗಿಯೆ ಇದರ ನಿರ್ಮಾಣ ಆಗಿದೆ.
ನೀನೇ ಇದಕ್ಕೆ ಬಾಸ್ "ಎಂದ

ತಕ್ಷಣ ಹೇಮಾಳ ಕಣ್ಣಲ್ಲಿ ನೀರು ಬಂದಿತ್ತು.
“ಸರಿ ನಿಮ್ಮದು ಅಳುವ ಕಾರ್ಯಕ್ರಮ ಮತ್ತೆ ಇಟ್ಟುಕೊಳ್ಳಿ ಈ
ಗ ಉದ್ಘಾಟನೆ ಮಾಡಿ “ಎಂದು ನಾನು ಅವರ ಗಮನ
ಬದಲಿಸಿದೆ. ಉದ್ಘಾಟನೆ
ಅಂತೂ ಆಯಿತು ಎಲ್ಲಾ ಸುಸೂತ್ರವಾಗಿ ನಡೆಯಿತು.
ಆಫೀಸ್ ಒಂದು ತಿಂಗಳಲ್ಲಿ ನಮ್ಮ
ರಾಜ್ಯದಲ್ಲಿ ಅತ್ಯುತ್ತಮ ಪ್ರಸಿದ್ಧಿಗೊಂಡಿತ್ತು.
ಸಣ್ಣದಾಗಿ ಆರಂಭವಾದ ಈ ಸಾನ್ವಿ ಡಿಸೈನ್ ಸಂಸ್ಥೆ ದೊಡ್ಡ
ಯಶಸ್ಸು ಕಂಡಿತ್ತು.

ನಾಲ್ಕು ತಿಂಗಳ ಬಳಿಕ

ಹೇಮಾಳಿಗೆ ಒಂದು ಕರೆ ಬಂದಿತ್ತು. ಆ ಕರೆ ಸ್ವೀಕರಿಸಿದಳು “
ಹೇ ಡಿಯರ್ ನೀನು ಅರ್ಜೆಂಟ್ ಆಗಿ ಗಾಯತ್ರಿ ಆಸ್ಪತ್ರೆ ಬಾ ,
ನಿನ್ನ ಮನೆಗೆ ಕಾರು ಕಳಿಸಿದ್ದೇನೆ ಬೇಗಾ
ಬಾ” ಎಂದು ಹೇಳಿ ಕರೆ ಇಟ್ಟಳು ಈ
ಕಡೆ ಹೇಮಾಳಿಗೆ ತುಂಬಾ ಭಯವಾಗಿತ್ತು
.ಹೇಮಾ ಆಸ್ಪತ್ರೆಗೆ ಬಂದಳು. “ಡಿಯರ್ ಏನಾಯಿತು ಹೇಳೇ “
ಎಂದು ತುಂಬಾ ಗಾಬರಿಯಿಂದ ಸೋನುವಿನಲ್ಲಿ ಕೇಳಿದಳು.
“ಅದು ಅದು ನಿನ್ನ ಗಂಡನಿಗೆ “
ಸೋನುವಿನ ಉತ್ತರಕ್ಕೆ “ಅವರಿಗೆ ಏನಾಯಿತು ಹೇಳೇ ಹೇಳೇ
ಬೇಗಾ, ನನಗೆ ತುಂಬಾ ಭಯ ಆಗ್ತಿದೆ ಹೇಳೇ “
ಎಂದಳು. “ಅವರಿಗೆ ಆಕ್ಸಿಡೆಂಟ್ ಆಯಿತು,
ಹೇಗೆ ಏನೂ ಗೊತ್ತಿಲ್ಲ ಡಾಕ್ಟರ್ ಕೂಡಾ ಇನ್ನು ಹೇಗಿದ್ದಾರೆ
ಅಂತಾ ಗೊತ್ತಿಲ್ಲ .
ನಾನು ನಿನಗೆ ಒಂದು ವಿಷಯ ಹೇಳಬೇಕು” ಅಂತಾ ಹೇಳುತ್ತಿ
ರುವಾಗ ನರ್ಸ್ ಬಂದು ಇಲ್ಲಿ ರತ್ನೇಶ್ ಕಡೆ ಅವರು

ಯಾರೂ ಎಂದು ಕರೆದರು ಹೇಮಾ ಓಡಿ
ಬಂದು ನಾನೆ ಅವರ ಹೆಂಡತಿ ಅವರು
ಹೇಗಿದ್ದಾರೆ ಅವರಿಗೆ ಏನೂ ಆಗಿಲ್ಲಾ ತಾನೆ ಎಂದು ಗಾಬರಿ
ಯಿಂದ ಕೇಳಿದಳು.
ಅದಕ್ಕೆ ಅವರಿಗೆ ಏನೂ ಆಗಿಲ್ಲ ಈಗ ಸೌಖ್ಯವಾಗಿದ್ದರೆ ನೀವು
ಈಗ ಡಾಕ್ಟರ್ನ್ನು ಭೇಟಿ ಆಗಿ ಎಂದು ಹೇಳಿದಾಗ
ಅವರು ಡಾಕ್ಟರ್ ನ್ನು ಭೇಟಿಯಾಗಿ ಬಂದರು .
ನನನ್ನು ಆಸ್ಪತ್ರೆಗೆ ಸೇರಿಸಿದ ವ್ಯಕ್ತಿ ಅಲ್ಲೇ ಇದ್ದರು ಅವರನ್ನ
ಇವರು ಭೇಟಿಯಾಗಿ ಅವರಲ್ಲಿ ಏನಾಯಿತು
ಅಂತಾ ಕೇಳೋಕೆ ಬಂದಾಗ ಅಲ್ಲಿ ನಿಂತ್ತಿದ್ದು ಮದನ್..ಅವ
ನನ್ನ ನೋಡಿ ಹೇಮಾ "ನೀನಾ ,
ನೀನು ಇಲ್ಲಿ ಕೂಡಾ ಬಂದಿಯಾ ನನ್ನ ನೆಮ್ಮದಿಯಿಂದ
ಇರಲು ಬಿಡುದಿಲ್ಲವಾ..? "ಎಂದು ಬೈಯ್ಯತ್ತಿದ್ದಳು. "ಅರೆ ನೀ
ನು ಸ್ವಲ್ಪ ಸುಮ್ಮನಿರು ಆಮೇಲೆ ವಿಷಯ
ಏನೆಂದು ಕೇಳು ಆಮೇಲೆ ಬೈಯ್ಯಿ "ಎಂದು ಹೇಮಾಳನ್ನ
ಸಮಾಧಾನ ಪಡಿಸಿದಳು ಸೋನು.
. "ಅದೇನೇಯಿ
ತು ಎಂದು ನೀವು ಹೇಳಿ "ಎಂದು ಸೋನು ಮದನ್
ನಲ್ಲಿ ಕೇಳಿದಳು "
ಅದು ನಾನು ಹೆಂಡತಿ ಮತ್ತು ಮಗು ಹೊರಗೆ ಶಾಪಿಂಗ್ ಅಂ
ತಾ ಬಂದಿದ್ದೆವು ಆಗ ನನ್ನ ಮಗು ರೋಡ್
ನಲ್ಲಿ ಆಡುತ್ತ ಬಂದಿತ್ತು .
ಎದುರುಗಡೆ ಯಿಂದ ದೊಡ್ಡ ಟ್ರಕ್ ಬರುವುದನ್ನು ರತ್ನೇಶ್
ನವರು ನೋಡಿ ನನ್ನ ಮಗುವನ್ನು ಸೇಫ್ ಮಾಡಲು ಹೋಗಿ
ಅವರ ಪ್ರಾಣಕ್ಕೆ ಕುತ್ತು ತಂದುಕೊಂಡರು.
ಅನಂತರ ನಾವು ಓಡಿ ಬಂದು ಅವರನ್ನ ಆಸ್ಪತ್ರೆಗೆ ಸೇರಿಸಿದೆ
"ಎಂದು ದುಃಖ ದಿಂದ ಮದನ್ ನಡೆದ ಘಟನೆ ವಿವರಿಸಿದನು.

"

ನೋಡಿದ್ಯಾ ಈವಾಗ ವಿಷಯ ಗೊತ್ತು ಆಯ್ತು ತಾನೆ ಈಗ ಯಾರನ್ನ ಬೈಯ್ಯಬೇಕು ಬಯ್ಯಿ.
ಅಲ್ಲಾ ನೀನು ಅಂತ ಒಳ್ಳೆ ಗಂಡನಿಗೆ ಡೈವೋರ್ಸ್ ಕೊಡಬೇಕು ಅಂತಾ ಇದ್ದಿ ತಾನೆ. ನಿನ್ನನ್ನ ಪೆದ್ದು ಅನ್ನಬೇಕೊ ಅಥವಾ ಹುಚ್ಚುತನ ಅನ್ನಬೇಕೋ ಗೊತ್ತಿಲ್ಲ,
ಅವತ್ತು ಅವರು ಹೇಳಿದ್ದರು
ಈ ವಿಷಯ ನಿನಗೆ ತಿಳಿಯಬಾರದೆಂದು ಆದರೆ ಇವತ್ತು ಹೇಳಲೆ ಬೇಕು.
ನೀನು ಅಂದುಕೊಂಡಂತೆ ಸಾನ್ವಿ ಡಿಸೈನ್ ಸಂಸ್ಥೆ ನಾನು ನಿರ್ಮಿಸಲಿಲ್ಲಾ ಎಲ್ಲಾ ಅವರದ್ದೇ ಅವರೇ ಲೋನ್ ಮಾಡಿ ನಿನಗಾಗಿ ನಿನ್ನ ಕನಸನ್ನ ನಿಜಮಾಡಿದರು.
ನಾನು ಕೇವಲ ಸಲಹೆ ಮತ್ತು ಸಹಾಯ ಮಾಡಿದ್ದೆ ಅಷ್ಟೇ.
"ಎಂದು ಎಲ್ಲಾ ವಿಷಯವನ್ನು ಅವಳಿಗೆ ತಿಳಿಸಿದಳು ಸೋನು
.

ಕಣ್ಣಲ್ಲಿ ನೀರು ತುಂಬಿತ್ತು .
ಓಡಿ ಹೋಗಿ ನರ್ಸ್ ಬಳಿ ಕೇಳಿದಳು ನಾನು ಅವರನ್ನ ನೋಡಬಹುದಾ ಅಂತಾ .
ಆಗಲ್ಲ ಅಂತಾ ಹೇಳಿದರು ಹಠ ಹಿಡಿದು ಒಳಗೆ ಬಂದಳು ನನ್ನ ಗಟ್ಟಿಯಾಗಿ ತಬ್ಬಿಕೊಂಡು ಅತ್ತಳು. ಅರೆ ಪ್ರಜ್ಞೆಯಲ್ಲಿದ್ದ ನಾನು "ಏನಾಯ್ತು ಕಣೆ
ನನ್ನ ಮುದ್ದು ಪಾಪಚ್ಚಿ "ಎಂದೆ ಅದಕ್ಕೆ ನಿಮಗೆ ಹುಶಾರ್ ಇಲ್ಲಾ ತಾನೆ ಸುಮ್ಮನೆ ಮಲಗಿ ನಾನು ಎಲ್ಲಾ ಮತ್ತೆ ಹೇಳುವೆ ಎಂದು ನನಗೆ ಗದರಿದಳು. ನನ್ನ ಕೈ ಯನ್ನು ಗಟ್ಟಿಯಾಗಿ ಹಿಡಿದು ಮೆಲ್ಲನೆ "ಮುದ್ದು I love you "ಹೇಳಿದಳು .

ನನ್ನವಳು

ನನಗೆ ಕೇಳಿಸಿದರು "ಏನು ಹೇಳಿದೆ "
ಎಂದು ಕೇಳಿದಾಗ "ಏನಿಲ್ಲ "ಎಂದಳು.
ಆಗ ಡಾಕ್ಟರ್ ಬಂದು ಚೆಕ್ಅಪ್ ಮಾಡಿ .
ವಾರ್ಡ್ಗೆ ಶಿಫ್ಟ್ ಮಾಡಿಸಿದರು. 1
ವಾರದ ಬಳಿಕ ನನ್ನ ಡಿಸ್ಚ್ಯಾರ್ಜ್ ಎಂದು ಬೇರೆ ಹೇಳಿದ್ದರು.
ಹೇಮಾ ಪಾಪ ಒಂದು ವಾರ ನನ್ನ
ನನ್ನೊಂದಿಗೆ ಆಸ್ಪತ್ರೆಯಲ್ಲಿಯೆ ಇದ್ದಳು.
ನನಗೆ ಊಟ ಮಾಡಿಸಿ ಮಲಗಿಸಿತಿದ್ದಳು.

ಒಂದು ದಿನ ಊಟ ಮಾಡಿಸುತ್ತಾ ಇದ್ದಳು ನಾನು ಮೆಲ್ಲನೆ "I love you ಪಾಪಚ್ಚಿ " ಅಂತಾ helide. ಅದಕ್ಕೆ ಅವಳು " I love you - 2" ಅಂತಾ ಮೆಲ್ಲನೆ ಉತ್ತರಿಸಿದಳು.
ಅದಕ್ಕೆ ನೀನು ಏನೂ ಹೇಳಿದೆ ಪುನಃ ಹೇಳು ಎಂದೆ ಅದಕ್ಕೆ ಅವಳು ಪುನಃ "I love you -2 "ಎಂದಳು.
ಕಣ್ಣಲ್ಲಿ ಕಣ್ಣೀರು ಬಂತು ಅವಳನ್ನ ಗಟ್ಟಿಯಾಗಿ ಅಪ್ಪಿಕೊಂಡೆ.
ಅಲ್ಲಿಂದ ಶುರುವಾಯಿತು ನನ್ನ ಹೊಸ ಪ್ರೇಮ ಜೀವನ ನನ್ನವಳೊಂದಿಗೆ.

ಮುಕ್ತಾಯ.
ಧನ್ಯವಾದಗಳು.

ಲೇಖಕರು
Rathnesh Belman

ನನ್ನವಳು

ಟೇಬಲ್ ಮೇಲೆ ಫ್ರೆಶ್ ಹಣ್ಣು -ಹಂಪಲು ಗಳು,
ರೂಮ್ ತುಂಬಾ ಘಮ ಘಮ್ ಸುವಾಸನೆ, ಬಣ್ಣ ಬಣ್ಣದ
ಹೂವಿನಿಂದ ಮದುವನಗಿತ್ತಿಯಂತೆ ಸಿಂಗಾರಗೊಂಡಿತ್ತು
ನನ್ನ ರೂಮ್.
.
ಬಾಲ್ಕನಿಯಲ್ಲಿ ಚಂದ್ರನ ನೋಡುತ್ತಾ
, ಯಾರಿಗೋ ನಾ ಕಾಯುತ್ತ ನಿಂತಿದ್ದೆ.
ಕೈಯಲ್ಲಿ ಹಾಲಿನ ಲೋಟ ,
ಅಪ್ಸರೆಯಂತೆ ಕಾಣುವ ಮದುಮಗಳು. ಅವಳ ಸುತ್ತ ನನ್ನ
ಅಮ್ಮ, ತಂಗಿ ಹಾಗು ಇನ್ನಿತರರು ಅವಳನ್ನ
ರೇಗಿಸುತ್ತಾ ನನ್ನ ರೂಮಿನ ಬಾಗಿಲ
ಬಳಿ ಕರೆದುಕೊಂಡು ಬಂದು ಕಿವಿಯಲ್ಲಿ
ಏನೂ ಗೊಣಗಿ ರೂಮ್ ನಾ ಒಳನೂಕಿದರು.
“ ಓ ಸಾಹೇಬ್ರು..... ಅಷ್ಟು ಬೇಗಾ ಕನಸಿನ
ಲೋಕಕ್ಕೆ ಹೋದಂತಿದೆ. ಲೋ ಅಣ್ಣಾ ಅತ್ತಿಗೆ
ಇಲ್ಲಿ ಇದ್ದಾರೆ ಕನಸು ಕಾಣುದನ್ನ ಬಿಡು“ ಎಂದು
ನನ್ನ ಮುದ್ದಿನ ತಂಗಿ ಹೇಳಿದ ಕೂಡಲೇ ಅಮ್ಮ
“ನಿಂದು ಏನೆ ತರ್ಲೆ, ನಡೀರಿ ಎಲ್ಲಾ ಹೋಗಿ ಹೋಗಿ “
ಎಂದು ಹೇಳಿ ಎಲ್ಲರನ್ನು ಕಳುಹಿಸಿ ಹೊರಗಡೆಯಿಂದ ಚಿಲಕ
ಹಾಕಿ ಹೋದರು.

ನನ್ನವಳು

ಅವಳು ನನ್ನ ಬಳಿ ಪ್ರೀತಿಯಿಂದ ಹಾಲು
ಕುಡಿಸಿ ನನ್ನ ಮುದ್ದಿಸುವಳು ಎಂದುಕೊಂಡಿದ್ದೆ.
ಆದರೆ ಅವಳು ಸಿಟ್ಟಿನಿಂದ ಬಂದು ಟೇಬಲ್ ಮೇಲೆ
ಹಾಲಿನ ಗ್ಲಾಸ್ ಇಟ್ಟಳು.
ನನಗೆ ಆಶ್ಚರ್ಯವಾಗಿ ಇವಳಿಗೆ ಏನಾಯಿತಪ್ಪ ಮನಸಲ್ಲಿ
ಅಂದುಕೊಂಡು ಅವಳಲ್ಲಿ ಕೇಳಿದೆ " ಯಾಕೆ
ಏನಾಯ್ತು.? ನನ್ನಿಂದ ಏನಾದರೂ ತಪ್ಪಾಗಿದೆಯೇ ..?

ಮನಸಲ್ಲಿ ಬೇಜಾರು ,ಸಿಟ್ಟಿನಿಂದ "ನೋಡಿ ನಿಮಗೆ ಸ್ವಲ್ಪ
ಕೂಡ ಮನುಷತ್ವ ಇಲ್ವಾ..? ಹುಡುಗಿಗೆ ಮದುವೆ ಒಪ್ಪಿಗೆ
ಇದ್ದೆಯಾ ಇಲ್ವಾ ಕೇಳಬೇಕು ತಾನೆ..? ನೋಡಿ
ನಾನು ನಿಮ್ಮೊಂದಿಗೆ ಸಂಸಾರ ಮಾಡಲು ಸಾಧ್ಯವಿಲ್ಲ.
ಅದಲ್ಲದೆ ನಾನು ನಿಮ್ಮನ್ನ ಇಷ್ಟಪಟ್ಟು ಮದುವೆಯಾಗಿಲ್ವಾ.
ಅಪ್ಪನ ಬಲವಂತಕ್ಕೆ ಮದುವೆ" ಎಂದು ಹೇಳಿ ಕಣ್ಣೀರಿಟ್ಟಳು.

"ಅಯ್ಯೋ ಅಳಬೇಡ ಹೇಮಾ. ಸರಿ ಈಗ
ನಿನಗೆ ಮದುವೆ ಇಷ್ಟ ಇರಲಿಲ್ಲ ಅಂತಾ ನನಗೆ ತಿಳಿಯಲೆ,
ನಾನು ನಿನ್ನ ಒಂದು ಮಾತು ಕೇಳಿಲಿಲ್ಲ ಸಾರಿ ಹೇಮಾ "
ಎಂದು ಅವಳಲ್ಲಿ ಕ್ಷಮೆಯಾಚಿದೆ.

(ಅಳುತ್ತಾ ನನ್ನನ್ನೆ ನೋಡುತ್ತ ಇದ್ದಳು.)

"ನಾನು ಒಂದು ಮಾತು ನಿನ್ನ ಕೇಳಬೇಕಿತ್ತು. ಆದರೆ
ನಾನು ಮನೆಯವರಿಗಾಗಿ
ಮದುವೆಯಾಗಬೇಕಾಯ್ತು.ಅಷ್ಟಲ್ಲದೆ ನಿನ್ನ
ತಂದೆ ಹಾಗು ನನ್ನ ತಂದೆ ಬಾಲ್ಯದಿಂದಲೂ ಆತ್ಮೀಯ ಗೆಳ
ಯರು.ಹೌದು ನಿನಗೆ ಯಾಕೆ ಈ ಮದುವೆ ಇಷ್ಟ ಇರಲಿಲ್ಲ"

ಎಂದು ಕೇಳಿದೆ.

"ನೋಡಿ ನಾನು ಅದೆಲ್ಲ ಈಗ ಹೇಳುವ ಸ್ಥಿತಿಯಲ್ಲಿ ನಾನಿಲ್ಲ ದಯವಿಟ್ಟು ಏನನ್ನು ಕೇಳಬೇಡಿ.
ನಾನು ನಿಮ್ಮೊಂದಿಗೆ ಪ್ರೀತಿಯಿಂದ ಜೀವನ ನಡೆಸಲು ಸಾಧ್ಯ ವಿಲ್ಲಾ ನನ್ನಿಂದಾಗಿ ನಿಮ್ಮ ಜೀವನ ಹಾಳಾಗುವುದು ಬೇಡ"
ಎನ್ನುತ್ತಾ ಜೋರಾಗಿ ಅತ್ತು ಬಿಟ್ಟಳು.
"ಸರಿ ಸರಿ ನೀನು ಅಳಬೇಡ ಕಣೆ,
ನೀನು ಹೇಳಿದ ಹಾಗೆ ಆಗಲಿ.
ಇನ್ನು ಮುಂದೆ ನಾನು ನೀನು ಒಳ್ಳೆ ಗೆಳೆಯರಾಗಿರುವ.
ಆದರೆ ಒಂದು ಮಾತು ಈ ವಿಷಯ ನಮ್ಮ ತಂದೆ-
ತಾಯಿಗೆ ಈಗಲೇ ಗೊತ್ತಾಗುವುದು ಬೇಡ.
ಒಳ್ಳೆ ಸಮಯ ನೋಡಿಕೊಂಡು ಎಲ್ಲಾ ವಿಷಯವನ್ನು ಅವ ರಿಗೆ ತಿಳಿಸುವ. ಇನ್ನು ಮುಂದೆ
ನಾವು ಹೊರಪ್ರಪಂಚಕ್ಕೆ ಅಷ್ಟೇ ಗಂಡ-
ಹೆಂಡತಿ ನಿನಗೆ ಇದು ಒಪ್ಪಿಗೆ ತಾನೆ" ಎಂದೆ.
ಅದಕ್ಕೆ ಅವಳು " ಹಾ ಒಪ್ಪಿಗೆ ಇದೆ.
ಆದರೆ ಒಂದು ನೀನು ಎಲ್ಲಿ ಮಲಗುತ್ತೀಯಾ" ಅಂಜಿಕೆಯಿಂ ದ ಕಿರುಧ್ವನಿಯಲ್ಲಿ ಕೇಳಿದಳು.

"ನಾನು ಇಲ್ಲಿ ಮಂಚದಲ್ಲೆ ಮಲಗುತ್ತೇನೆ,
ನೀನು ಇಲ್ಲಿಯೇ ಮಲಗುವು, ನಮ್ಮ ಮೇಲೆ ನಂಬಿಕೆ ಇದೆ ತಾನೆ. ಸರಿ ಮದ್ಯದಲ್ಲಿ ದಿಂಬು ಹಾಕಿ ಮಲಗುವ"
ಎಂದು ಹೇಳಿದ ಕೂಡಲೇ ಅವಳು ಹೋಗಿ ದಿಂಬು ಮಧ್ಯದ ಲ್ಲಿ ಹಾಕಿದಳು..

"ನೀನು ಇದರ ಬಗ್ಗೆ ಹೆಚ್ಚು ಚಿಂತಿಸಬೇಡ,

ಸರಿ ನೀನು ಹಾಲು ಕುಡಿದು ಮಲಗು "ಎಂದು ಹೇಳಿ ಮುಗಿ ಸುವಷ್ಟರಲ್ಲಿ ಪಾಪ ಆಕೆ ಮಲಗಿಯೇ ಬಿಟ್ಟಿದ್ದಳು.
ನಾನು ಬಾಲ್ಕನಿಯಲ್ಲಿ ನಿಂತು
ಅವಳ ನೋಡುತ್ತಾ "ಪಾಪ ಎಷ್ಟು ಮುಗ್ಧ ಹುಡುಗಿ, ಮನಸ್ಸು ಮಗು ತರ, ಮಲಗಿರೋದು ನೋಡು
ಅದೆಷ್ಟೋ ವರ್ಷದಿಂದ ಮಲಗಿಲ್ಲ ಅನ್ನೋ
ಹಾಗೆ. ಎಷ್ಟೊಂದು ಮುಗ್ಧ ಹೆಣ್ಣು" ಎಂದು
ಯೋಚಿಸುತ್ತಿರುವಾಗ ಅವಳ ಮೊಬೈಲ್ ಗೆ ಒಂದು ಕರೆ ಬಂತು. ಕುಂಭಕರಣಿ ತರ ಮಲಗಿದ್ದಳು
ಹೇಮಾ.ಪಕ್ಕದಲ್ಲಿ ಬಾಂಬ್ ಬಿದ್ದರು ಗೊತ್ತಾಗದಾಗೆ. 2-3 ಸಲ ರಿಂಗ್ ಆದರೂ ಅವಳಿಗೆ ಎಚ್ಚರವಾಗಲೆ ಇಲ್ಲಾ.

ಇನ್ನೇನು ಮಾಡುವುದು ನಾನೇ ಸ್ವೀಕರಿಸಿದೆ, ನಾನು ಹಲೋ ಅನ್ನೋಷ್ಟರಲ್ಲಿ ಆ ಕಡೆಯಿಂದ " ಕಂಗ್ರಾಟ್ಸ್ ಹೇಮಾ ..ನಿನಗೊಂದು ಗುಡ್ ನ್ಯೂಸ್ ಕಣೆ ,ನೀನು ಅವತ್ತು ನೀನು ನಿನ್ನ ಡಿಸೈನ್ಗಳನ್ನು "ದಿ ಬೆಸ್ಟ್ ಫ್ಯಾಷನ್ ಡಿಸೈನ್ ಆ ದಿ ಇಂಡಿಯಾ "
ಕಾಂಪಿಟೇಷನ್ಗೆ ಸಬ್ಮಿಟ್ ಮಾಡಿದ್ಯಲ್ಲಾ ಅದೆಲ್ಲಾ ಸೆಲೆಕ್ಟ್ ಆ ಗಿದೆ ಮುಂದಿನ ವಾರ ಅದರ ಕಾಂಪಿಟಿಷನ್ ಇದೆ.
ನೀನು ಊರಿಂದ, ಯಾವಾಗ ಬೆಂಗಳೂರಿಗೆ ಬರ್ತಿಯಾ
" ಎಂದು ಹೇಮಾಳಾ ಗೆಳತಿ ಸೋನು ಹೇಳಿದಳು.
"
ಹಲೋ ಇದು ಹೇಮಾ ಅಲ್ಲ ಅವಳ ಗಂಡ ಮಾತಾಡ್ತಾ ಇ ರೋದು ನೀವು ಹೇಳಿದ್ದು ನಿಜಾನಾ. ನನಗೆ ಇದರ ಬಗ್ಗೆ ತಿಳಿದಿಲ್ಲ ದಯವಿಟ್ಟು ಸ್ವಲ್ಪ ತಿಳಿಸುವಿರಾ "ಎಂದು ನಾನು ಸೋನುವಿನಲ್ಲಿ ಕೇಳಿದೆ.

ನನ್ನವಳು

" ಹೇಮಾಗೆ ಮದುವೆ ಆಯ್ತಾ,
ನನಗೆ ಅವಳು ಒಂದು ಮಾತು ಹೇಳಿಲ್ಲಾ.
ಅಂತೂ ನೀವು ಕೊನೆಗೂ ಮದುವೆ ಅದಿರಲ್ಲ ಮದನ್,
ಕಾಂಗ್ರ್ಯಾಟ್ಸ್ ಅವಳು ಹೇಳಿ ಮುಗಿಸುವಷ್ಟರಲ್ಲಿ,
" ಮೇಡಂ, ಮೊದಲನೆಯದಾಗಿ ನಾನು ಮದನ್ ಅಲ್ಲಾ,
ನಾನು ರತ್ನೇಶ್, ನಿಮ್ಮ ಹೆಸರೇನು ,ನೀವು ಹೇಳಿದ್ದು ನಿಜಾನಾ
ಅವಳು ಸೆಲೆಕ್ಟ್ ಅದಾಳ. " ಎಂದು ಅವಳಿಗೆ ಕೇಳಿದೆ.
ಅದಕ್ಕೆ ಅವಳು "ನಾನು ಸೋನು, ಹೇಮಾಳಾ ಗೆಳತಿ ನಾವು
ಒಟ್ಟಿಗೆ ಕಲಿತವರು, ಅವಳು ಇಂಡಿಯಾದ ಅತಿ ದೊಡ್ಡ
ಫ್ಯಾಷನ್ ಡಿಸೈನ್ ಕಾಂಪಿಟೇಷನ್ ಗೆ ಆಯ್ಕೆ ಆಗಿದ್ದಾಳೆ. ಇದು
ಅವಳ ಅತಿ ದೊಡ್ಡ ಕನಸು. ಆದರೆ ಆ ಕನಸು
ಜಾಸ್ತಿ ಉಳಿಯಲಿಲ್ಲಾ. ಹೌದು ನಿಮಗೆ ಅವಳು ಏನೂ
ಹೇಳಲೆ ಇಲ್ವಾ. " ಎಂದಳು ಸೋನು.

"ಒಹೋ ಹೌದೇ, ನೀವು ನನಗೆ
ಒಂದು ಸಹಾಯ ಮಾಡುತ್ತೀರಾ, ದಯವಿಟ್ಟು ಈ ವಿಷಯ
ಅವಳಿಗೆ ತಿಳಿಸಬೇಡಿ, ನಾನು ಅವಳಿಗೆ ಸರ್ಪ್ರೈಸ್ ಕೊಡಬೇಕು
ಅಂತಾ ಇದ್ದೇನೆ,
ಅವಳು ಯಾವತ್ತೂ ಖುಷಿಯಾಗಿರಬೇಕು. ಯಾಕೋ ತುಂಬಾ
ಬೇಸರದಲ್ಲಿದ್ದನ್ನು ನಾನು ಕಂಡಿರುವೆ ಏನೊ ಆಗಿದೆ
ಅವಳ ಬದುಕಲ್ಲಿ ಅನ್ನೋದನ್ನ ನಾನು ತಿಳಿದಿರುವೆ
.ಹೌದು ಈ ಮದನ್ ಯಾರೂ,ಅವಳ
ಬದುಕಿನಲ್ಲಿ ಏನಾಗಿದೆ ಅಂತದ್ದು ನೀವು ನನಗೆ ಒಂದು ದಿನ
ಸಿಗಬಹುದೇ, ಎಲ್ಲಾ ವಿಷಯ ತಿಳಿಸಬಹುದೇ...?,
ನಿಮ್ಮ ಫೋನ್ ನಂಬರ್ ಕೊಡಿ ಎಂದು ಅವಳಲ್ಲಿ ಕೇಳಿದೆ.

"ಸರಿ "

ಎಂದು ಹೇಳಿ ಸೋನು ನಂಬರ್ ಕೊಟ್ಟು ಫೋನ್ ಇಟ್ಟಳು.
ನಾನು ಹೋಗಿ ಮಲಗಿದೆ.

ಸಮಯ ಬೆಳಿಗ್ಗೆ 5.00ಗಂಟೆ .
ಹೇಮಾ ಇನ್ನು ಏಳಲೆ ಇಲ್ಲಾ. ನಾನು ಎದ್ದು ಸ್ನಾನ ಮುಗಿಸಿ ಫ್ರೆಶ್ಅಪ್ ಆಗಿ ಬಂದೆ . ಆದರೆ ಹೇಮಾ ಆಗಲು ಏಳಿರಲಿಲ್ಲ . ಇನ್ನು ಲೇಟ್ ಆದರೆ ಮನೆಯಲ್ಲಿ ಬಗ್ಗೆ ಏನೂ ಅಂದು ಕೊಳ್ಳಬಹುದು ಎನ್ನುತ್ತಾ ಅವಳ ಎಚ್ಚರಿಸುವ ಪ್ರಯತ್ನ ಮಾಡಿದೆ ಆದರೆ ಅವಳು ಎಷ್ಟೇ ಎಬ್ಬಿಸಿದರು ಏಳಲೆ ಇಲ್ಲಾ. ಒಂದು ಲೋಟ ನೀರು ತಂದು ಅವಳ ಮುಖಕ್ಕೆ ಹಾಕಿದೆ . ಒಮ್ಮೆಲೇ ಎದ್ದು "ಯಾರೂ ನೀನು ನನ್ನ ರೂಮಲ್ಲಿ ಏನ್ ಮಾಡ್ತಾ ಇದ್ದೀಯ" ಎಂದು ಕಿರಿಚಿದಳು.
ತಕ್ಷಣವೆ ಅವಳ ಬಾಯಿ ಮುಚ್ಚಿ "ನಾನು ನಿನ್ನ ಗಂಡ ಕಣೆ, ನಿನ್ಗೆ ಏನಾಗಿದೆ ಎನ್ನುದನ್ನ ನೆನಪಿಸಿಕೊ" ಎಂದ
ತಕ್ಷಣ ಸುಮ್ಮನಾದಳು ಹೇಮಾ.
"ಸರಿ ನೀನು ಈಗ ಫ್ರೆಶ್ ಅಪ್ ಆಗಿ ಬಾ. ದೇವರ ಪೂಜೆ ಮಾಡಬೇಕು, ಹಾಗು ದೇವಸ್ಥಾನಕ್ಕೆ ಹೋಗಿ ಬರಲಿಕ್ಕೆ ಉಂಟು "ಅಂತಾ ಹೇಳಿ ಅವಳು ಫ್ರೆಶ್ ಅಪ್ ಆಗಿ ಬರುವ ತನಕ ಕಾದೆ ಒಂದು ಎಷ್ಟು ಹೊತ್ತು ಬಾತ್ರೂಮ್ಗೆ ಹೋದವಳ ಪತ್ತೆ ಇರಲಿಲ್ಲ. ಮೆಲ್ಲನೆ ಕೂದಲು ಕೆದರುತ್ತಾ ಬಂದಳು.
ಇನ್ನು ತಲೆ ಬಾಚಿ ಎಲ್ಲಾ ಆಗಿ ನಾವು ದೇವರ ಕೋಣೆಗೆ ಬಂದು ದೇವರ ಪೂಜೆ ಮಾಡಿ ಬಳಿಕ ದೇವಸ್ಥಾನಕ್ಕೆ ಹೋಗಿ ಬಂದೆವು .

ನಾವೆಲ್ಲಾ ಒಟ್ಟಿಗೆ
ಕುಳಿತು ಊಟ ಮಾಡುತ್ತ ಇದ್ದೆವು. ನಾನು ಅಪ್ಪನ ಬಳಿ "
ಅಪ್ಪ ನಾವು ನಾಳೆ ಬೆಂಗಳೂರಿಗೆ ಹೋಗಬೇಕು,
ನನಗೆ ಆಫೀಸ್ನಿಂದ ಕಾಲ್ ಬಂದಿತ್ತು,
ನಾನು ನಾಳೆ ಹೋಗಲೇ ಬೇಕು ಕೆಲವು ದಿನದಿಂದ ಬಾಕಿ ಉಳಿದ ಕೆಲಸ ಮುಗಿಸಬೇಕು ಅದಲ್ಲದೆ ನಾಳದ್ದು ಬೇರೆ ಹೆಡ್ ಆಫೀಸ್ ನಿಂದ ಆಫೀಸರ್ ಬರ್ತಾರೆ.
ಅವರು ಹೇಗೆ ಅಂತಾ ನಿಮಗೆ ಗೊತ್ತು ತಾನೆ ಅಪ್ಪ.
"ಎಂದೆ ನಾನು ಅದಕ್ಕೆ ಅಮ್ಮ "ಅಲ್ವೋ ಮದುವೆ ಆಗಿ ಎರಡು ದಿನಕ್ಕೆ ಹೊರಡೋದ,
ಬೇಡ ಒಂದು ವಾರ ಆದ್ಮೇಲೆ ಬೇಕಾದರೆ ಹೋಗು "
ಎಂದರು ಅಮ್ಮ.
"ಇರ್ಲಿ ಬಿಡು ಕಣೆ, ಅವರು ಹೋಗಲಿ, ಅವರಿಗೂ ಸ್ವಲ್ಪ ಪ್ರೈವಸಿ ಸಿಗುತ್ತೆ, " ಎಂದು ಅಮ್ಮನನ್ನು ಅಪ್ಪ ಸಮಾಧಾನ ಮಾಡಿದರು.
"ನಿಂಗೆ ಯಾವುದೆಲ್ಲಾ ಬಟ್ಟೆ ಬೇಕು ಅದೆಲ್ಲಾ ತೆಗೆದುಕೊಳ್ಳು,
ಏನೆಲ್ಲಾ ಬೇಕು ಅದೆಲ್ಲಾ
ಇವತ್ತೇ ಪ್ಯಾಕ್ ಮಾಡ್ಕೋ "ಅಂತಾ ಹೇಳಿದ್ದೆ ತಡ ಮೊದಲೆ ಸಿಟ್ಟಲ್ಲಿದ್ದ ಹೇಮಾ ಅರ್ಧಕ್ಕೆ ಊಟ ಬಿಟ್ಟು,
ಎದ್ದು ರೂಮಿಗೆ ಹೋದಳು.
"ನೋಡೇ ಅವಳಿಗೆ ಎಷ್ಟೊಂದು ಖುಷಿ,
ಊಟಕೂಡಾ ಬೇಡ ಅವಳಿಗೆ ಈಗ "
ಎಂದು ರೇಗಿಸುತ್ತ ಇದ್ದರು ಅಪ್ಪ.

ನಾನು ಹೇಮಳಾ ಹಿಂದೆಯೇ ರೂಮಿಗೆ ಹೋದೆ. " sorry ಕಣೆ , ಆದ್ರೆ ನಾವು ಇಲ್ಲಿದಷ್ಟು ನಮ್ಮ ತಂದೆ ತಾಯಿಗೆನೇ ತೊಂದರೆ, ಅವರಿಗೆ ಏನಾದ್ರು ವಿಷಯ ಗೊತ್ತಾದ್ರೆ ಅಂತಾ ಅದಕ್ಕೆ

ನನ್ನವಳು

ನಾವು ಈಗ ಬೆಂಗಳೂರಿಗೆ
ಹೋಗಬೇಕು "ಅಂತೆಲ್ಲಾ ಹೇಳಿ ಸಮಾಧಾನ
ಪಡಿಸಿದೆ ಅವಳನ್ನ .

ಮಾರನೇ ದಿನ ನಾವು ಅಪ್ಪ ಅಮ್ಮ ನಾ ಆಶೀರ್ವಾದ ಪಡೆದು,
ದೇವರಿಗೆ ಕೈ ಮುಗಿದು ಬೆಂಗಳೂರಿಗೆ ಹೊರಟೆವು.
ಉಡುಪಿಯಿಂದ ಶುರುವಾಗಿತ್ತು ನನ್ನವಳೊಂದಿಗೆ ನನ್ನ ಹೊ
ಸ ಪ್ರೇಮದ ಪಯಣ.

ತುಂಬಾ ಲಾಂಗ್ ಜರ್ನಿ ಅದರಿಂದ ಪಾಪ ಆಕೆಗೆ ನಿದ್ರೆ ಬಂದಿ
ತ್ತು.
ಗೂಬೆ ಮಲಗುತ್ತಾ ನನ್ನ ಹೆಗಲ ಮೇಲೆ ತಲೆಯಿಟ್ಟು ಮಲಗಿ
ದ್ದಳು. ನನ್ನ ಮನಸಿನೊಳಗೆ ಏನೂ ಖುಷಿ. ಆದರೆ
ಅದನ್ನು ತೋರಿಸಿಕೊಳ್ಳುವಂತಿಲ್ಲಾ. ಅಂತೂ ಇಂತೂ ನಮ್ಮ
ಪ್ರಯಾಣ ಬೆಂಗಳೂರಿಗೆ ಬಂದು ತಲುಪಿತು, ಕುಂಭಕರಿಣಿ
ಇನ್ನು ಎದ್ದೆ ಇಲ್ಲಾ. ನಾನು ಹಾಗು ಹೀಗೂ ಎಬ್ಬಿಸಿದೆ,
ಎಲ್ಲಾ ಲಗೇಜ್ ನಾನೇ ತರುವೆ ನೀನು ಹೋಗಿ ಬೀಗ ತೆಗೆ
ನೋಡು ಆ ಫಸ್ಟ್ ಫ್ಲೋರ್
ನಲ್ಲಿ ನಿನಗೆ ಅಲ್ಲೊಂದು ರೂಮ್ ಕಾಣಿಸ್ತಾ
ಇದೆಯಲ್ಲ ಅದುವೇ ನಮ್ಮ ರೂಮ್ " ಅಂದೆ.

"ಇಲ್ಲಾ ಇಲ್ಲಾ ಅದೆಲ್ಲಾ ಆಗುದಿಲ್ಲ ."ಎಂದಳು ಹೇಮಾ.
"ಹೌದ ಆಗಲ್ವ,
ಸರಿ ನಾನು ಹೋಗಿ ರೂಮ್ ಬಾಗಿಲು ತೆಗೆಯುತ್ತೇನೇ "ಎಂದು
ಹೇಳಿ ರೂಮಿನತ್ತ ನಡೆದೆ. ಪಾಪಚ್ಚಿ ನನ್ನ ಮತ್ತು ಅವಳ
ಲಗೇಜ್ ಎತ್ತಿ ಕೊಂಡು ಕಷ್ಟ ಪಟ್ಟು ಹೆಜ್ಜೆ ಇಡುತ್ತಾ ಬರುತಿ

ದ್ದಳು. ನಾನು ಮೆಲ್ಲನೆ ಹೋಗುತ್ತಿದೆ.
ಒಮ್ಮೆಲೆ ಕಾಲು ಎಡವಿ ಬಿದ್ದಳು ಹೇಮಾ.ಓಡಿ ಬಂದೆ "
ಏನಾಯ್ತು ಹೇಮಾ. ನಿನಗೆ ಹೇಳಿದ್ದೆ ,
ನೀನು ಕೇಳಲೇ ಇಲ್ಲಾ ಈಗ ನೋಡಿದ್ಯಾ ಏನಾಯಿತು ಅಂ
ತಾ . ಅವಳ
ಕಾಲು ಉಜ್ಜಿ ಅವಳನ್ನ ಎತ್ತಿಕೊಂಡು ರೂಮಿನ ಬಳಿ ಬಂದೆ.
ರೂಮ್ನಾ ಬೀಗ ತೆಗೆದು ಅವಳನ್ನ ಸೋಫಾದಲ್ಲಿ ಮಲಗಿಸಿ.
ನಾನು ಲಗೇಜ್ ಎಲ್ಲಾ ತಂದು ಒಳಗೆ ಇಡುತ್ತಾ ಇದ್ದಾರೆ
ಪಾಪಚ್ಚಿ ನನ್ನೆ ನೋಡುತ್ತಾ ಇದ್ದಳು. "
ಅದೇನೇ ನನ್ನ ತಿನ್ನುವ
ಹಾಗೆ ನೋಡ್ತಾ ಇದ್ದೀಯ ಏನಾಯ್ತೆ? " ಎಂದೆ ನಾನು.

"ಅದು ಏನಿಲ್ಲ , ನೀವು ಯಾಕೆ ನನ್ನ ಎತ್ತಿ
ಕೊಂಡು ಬಂದದ್ದು ," ಎಂದು ನನ್ನ ಪ್ರಶ್ನಿಸಿದಳು ಹೇಮಾ.
" ಇನೇನು ಅಲ್ಲಿಯೇ ಬಿಟ್ಟು ಬರಬೇಕಿತ್ತಾ .
ನಿಂಗೆ ಕಾಲು ಎಡವಿ ಬಿದ್ದದ್ದು ಕಾಲಲ್ಲಿ ಗಾಯ ಆದದ್ದು
ಗೊತ್ತಿಲ್ವ . ನಿನ್ನಿಂದ ನಡಿಯೋಕೆ ಬೇರೆ ಆಗಲ್ಲ ,
ಅಷ್ಟೊಂದು ಮೆಟ್ಟಲೇರಿ ನೀನು ಬರ್ತಿಯಾ . ಸರಿ ನೀನು ಈ
ಗ ಮೊದಲು
ಫ್ರೆಶ್ ಆಗು ಅಷ್ಟರಲ್ಲಿ ನಾನು ಅಡುಗೆ ಮಾಡುವೆ ನಂತರ
ವಟ
ಮಾಡಿ ನೀನು ರೆಸ್ಟ್ ಮಾಡು ಹೇ ಇನ್ನೊಂದು ವಿಷಯ ಕಣೆ
ಫ್ರೆಶ್ ಅಪ್ ಆದ್ಮೇಲೆ ಗಾಯಕ್ಕೆ ಫಸ್ಟ್ ಏಡ್ ಮಾಡು
.ಏನಾದರೂ ಬೇಕಾದರೂ ನನ್ನ ಕೇಳು." ಎಂದೆ.

ನಾನು ಅಡುಗೆ ಮುಗಿಸುವಷ್ಟರಲ್ಲಿ ಹೇಮಾ ಫ್ರೆಶ್ ಅಪ್ ಆಗಿ
ಗಾಯಕ್ಕೆ ಫಸ್ಟ್ ಏಡ್ ಬೆಡ್ ಮೇಲೆ ಮಲಗಿದ್ದಳು. ನಾನು ಊಟ

ತಂದು ಅವಳನ್ನ ಎಬ್ಬಿಸಿ ಊಟ ಮಾಡಿಸಿ,
ಅವಳನ್ನ ಮಲಗಿಸಿ, ನಾನು ಸೋನು ವಿಗೆ ಕರೆ
ಮಾಡಿ ಅವಳನ್ನ ಕಾಫಿ ಕೆಫೆಗೆ ಬರಲು ಹೇಳಿ, ನಾನು ಮನೆ
ಯಿಂದ ಹೊರಟೆ.

ಕಾಫಿ
ಕೆಫೆಯಲ್ಲಿ ನಾನು ಮತ್ತು ಸೋನು ಒಂದು ಟೇಬಲ್ ನಲ್ಲಿ
ಕುಳಿತು ಕಾಫಿ ಕುಡಿಯುತ್ತಾ ಅವಳಲ್ಲಿ ಕೇಳಿದೆ "ನೀವು
ನಿನ್ನೆ ಹೇಳಿದ್ದು ನಿಜವಾ, ಅಲ್ಲಾ ನನಗೆ
ಅವಳು ಫ್ಯಾಷನ್ ಡಿಸೈನರ್ ಅಂತಾ ಗೊತ್ತೇ ಇರಲಿಲ್ಲಾ.
ಮುಂದಿನ ವಾರ ಕಾಂಪಿಟೇಷನ್ ನಾನು ಅವಳನ್ನ ಕರೆದು
ಕೊಂಡು ಬರುತ್ತೇನೇ ಅವಳಿಗೆ ಈ
ಪ್ರೈಜ್ ಬಂದಿರುವ ವಿಷಯ ತಿಳಿಸಬೇಡಿ ಹಾಗು ನಾನು ಅವ
ಳಿಗೊಂದು ಫ್ಯಾಷನ್ ಡಿಸೈನ್ ಸಂಸ್ಥೆ ಮಾಡಿಕೊಡುವೆ ನೋ
ಡಿ ನನಗೆ ಅದರ ಬಗ್ಗೆ
ಮಾಹಿತಿ ಇಲ್ಲಾ ಅದಕ್ಕೆ ನಿಮ್ಮ ಸಹಾಯದ ಅಗತ್ಯವಿದೆ "
ಎಂದು ಹೇಳಿದೆ ಅದಕ್ಕೆ ಸೋನು ಒಪ್ಪಿಗೆ ಕೊಟ್ಟರು.
"ಹೌದು ನೀವು ನಿನ್ನೆ ಮದನ್
ಅಂತಾ ಹೇಳಿದ್ರಲ್ಲ ಅದು ಯಾರೂ? "
ಸೋನುವಿನಲ್ಲಿ ಕೇಳಿದೆ.
"ಅದೊಂದು ದೊಡ್ಡ
ಕಥೆ. ಹೇಮಾ ಮತ್ತು ಮದನ್ ಫ್ಯಾಷನ್ ಡಿಸೈನ್ ಕಲಿಯು
ವಾಗಿನಿಂದ ಪರಿಚಯ. ಇವರು ತುಂಬಾ ಪ್ರೀತಿಸುತ್ತಿದ್ದರು.
ಅವನ ಬಗ್ಗೆ ಹಿಂದೆ ಮುಂದೆ, ನೋಡದೆ -

ಕೇಳದೆ ಪ್ರೀತಿ ಮಾಡುತ್ತಿದ್ದಳು . ಎರಡು ತಿಂಗಳು ಪ್ರೀತಿ ಏನೊ ಚೆನ್ನಾಗಿತ್ತು,ಅಂದು ಅವಳ ಹುಟ್ಟುಹಬ್ಬ ನಾವೆಲ್ಲಾ ಸಣ್ಣದಾಗಿ ಒಂದು ಹೋಟೆಲ್ ನಲ್ಲಿ ಪಾರ್ಟಿ ಅರೆಂಜ್ ಮಾಡಿದ್ವೆವು. ಅವಳು ವಾಶ್ ರೂಮ್ ಗೆ ಹೋಗುತಿರುವಾಗ ಮದನ್ ಒಬ್ಬಳು ಹುಡುಗಿಯೊಟ್ಟಿಗೆ ಭುಜಕ್ಕೆ ಕೈ ಹಾಕಿ ಹೋಗುದನ್ನ ಇವಳು ಕಂಡಳು. ಅವನನ್ನು ಕಂಡು ಇವಳು ಅವನ ಹಿಂದೆಯೆ ಹೋಗಿ ನಿಲ್ಲಿಸಿ , ಹೇ ಮದನ್ ಇದೆಲ್ಲಾ ಏನು..?
? ಯಾರಿವಳು...? ಅಂತೆಲ್ಲಾ ಅವನಲ್ಲಿ ಪ್ರಶಿಸಿದಾಗ ನೀನು ಯಾರೂ,
ನನ್ನಿಂದ ಏನಾಗಬೇಕು ಎಂದು ಪರಿಚಯವಿಲ್ಲದಂತೆ ನಟಿಸಿದ.ಪಾಪ ಮೃದುಮನಸ್ಸಿನ ಹುಡುಗಿ ಅಳುವು ತಡೆಯಲಾಗದೆ ವಾಶ್ ರೂಮ್ ಹೋಗಿ ಅಳುತ್ತಲ್ಲಿದ್ದಳು. ನಾನು ಅವಳನ್ನ ಹಿಂಬಾಲಿಸಿದೆ ನಂತರ ಅವಳಿಗೆ ಸಮಾಧಾನ ಪಡಿಸಿ ನನ್ನ ಮನೆಗೆ ಕರೆದುಕೊಂಡು ಬಂದೆ . ನಂತರ ಆ ಕಾಲೇಜು ಬಿಟ್ಟು ನಾವು ಬೇರೆ
ಕಾಲೇಜು ಸೇರಿ ನಮ್ಮ ಫ್ಯಾಷನ್ ಡಿಸೈನ್ ಕೋರ್ಸ್ ಮುಗಿಸಿ ನಾವು job ಗೆ ಸೇರಲು ನಾವು
ಒಂದು ಡಿಸೈನ್ ರೆಡಿ ಮಾಡಿದ್ವೆವು
ಆದರೆ ಹೇಮಾಳಿಗೆ ತನ್ನದೇ ಅದ ಸಂಸ್ಥೆ ಕಟ್ಟುವ ಬಯಕೆ.
ಆವಾಗ ನಮಗೊಂದು ಈ ಅವಕಾಶ ಸಿಕ್ಕಿದ್ದು,
ಹೀಗೆ ಸೋಶಿಯಲ್
ಮೀಡಿಯಾದಲ್ಲಿ ಅಡ್ವಟೈಸಿಮೆಂಟ್ ನೋಡಿದಳು ಹೇಮಾ. ಈ ಕಾಂಪಿಟೇಷನ್ನೆ ನಾವು ಯಾಕೆ ನಮ್ಮ ಡಿಸೈನ್ ಕಳುಹಿಸಬಾರದು ಎಂದು ಹೇಳಿ ಒತ್ತಾಯ ಮಾಡಿಸಿ ನಾವು ನಮ್ಮ ಡಿಸೈನ್ ಕಳುಹಿಸಿದೆವು.
ಆದರೆ ಕಳುಹಿಸಿದ ಎರಡು ದಿನದ ನಂತರ ಅವಳ ತಂದೆಗೆ

ಹುಶಾರ್ ಇಲ್ಲಾ ಅಂತಾ ಊರಿಗೆ ಹೋಗಿದ್ದಳು.
ಅನಂತರ ಅವಳು ಬೆಂಗಳೂರಿಗೆ ಬಂದದ್ದು ಇವತ್ತೆ.
ಅದಕ್ಕಾಗಿಯೆ ಅವಳು ತುಂಬಾ ಬೇಸರದಲ್ಲಿದ್ದಾಳೆ.
ಒಂದು ಕಡೆ ಪ್ರೀತಿಸಿದ ಹುಡುಗನಿಂದ ಮೋಸ ಇನ್ನೊಂದು
ಕಡೆ ತಂದೆಗೆ ಹುಷಾರು ಇಲ್ಲಾ,
ಮತ್ತೊಂದು ಕಡೆ ತನ್ನ ಆಸೆ ಈಡೇರಲಿಲ್ಲಾ ಅನ್ನೋ ಬೇಜಾರು. " ಎಂದು ಸೋನು ಹೇಮಾಳಾ ಕಥೆ ತಿಳಿಸಿದಳು.
"ಹಾಹಾ ಮತ್ತೊಂದು ವಿಷಯ ನಮ್ಮ ಈ
ಕಾಂಪಿಟೇಷನ್ ಇರೋದು ಅವಳ ಹುಟ್ಟುಹಬ್ಬದಂದು
"ಎಂದಳು ಸೋನು.

"ಇಷ್ಟೆಲ್ಲಾ ಕಥೆ ನಡೆದಿತ್ತೆ,
ಶೇ ನಾನು ಅವಳನ್ನು ಅವಳನ್ನ ಒಂದು ಮಾತು ಕೇಳದೆ
ಮದುವೆ ಅದೆ. ನಾನು ದೊಡ್ಡ ತಪ್ಪು ಮಾಡಿದೆ ಅನ್ನಿಸುತ್ತೆ.
ಸರಿ ಆದದ್ದು ಆಯಿತು ಇನ್ನಾದರೂ ಅವಳು ಖುಷಿಯಾಗಿರಬೇಕು, ಅವಳ ಕನಸನ್ನು ನಾನು ನಿಜ
ಮಾಡುವೆ "ಎಂದೆ ನಾನು .
"ಆಗುದೆಲ್ಲ ಒಳ್ಳೆಯದಕ್ಕೆ. ನಿಮ್ದು ಏನು ತಪ್ಪಿಲ್ಲ,
ನಿಮ್ಮಂತ ಒಳ್ಳೆ ಗಂಡ ಸಿಕ್ಕಿದು ಅವಳ ಪುಣ್ಯ. "
ಸೋನು ಹೀಗೆ ಹೇಳುತಿರುವಾಗ ಅವಳಿಗೆ ಒಂದು ಕರೆ ಬಂತು
.

"ಬಂಗಾರು ನೀನು ನನಗೆ ನಿನ್ನೆ ಕಾಲ್ ಮಾಡಿದ್ಯಾ,
ಯಾರೂ ನಿನ್ನೊಂದಿಗೆ ನಿನ್ನೆ ಮಾತಾಡಿದ್ದು,
ಏನು ವಿಷಯಕ್ಕೆ ಕಾಲ್ ಮಾಡಿದ್ದು.
"ಎಂದು ಹೇಮಾ ಸಾವಿರ ಪ್ರಶ್ನೆಗಳ ಸುರಿಮಳೆ ಒಮ್ಮೆಲೇ

ಸೋನುವಿಗೆ ಸುರಿಸಿದಳು. "ಅರೆ ಅರೆ ಸ್ವಲ್ಪ ನಿಲ್ಲೆ,
ಇಷ್ಟೊಂದು ಪ್ರಶ್ನೆ ಕೇಳಿದರೆ ನಾನು ಯಾವುದಕ್ಕೆ ಅಂತ ಉ
ತ್ತರಿಸಲಿ.ಸ್ವಲ್ಪ ತಾಳ್ಮೆ ಇರಲಿ ಎಲ್ಲದಕ್ಕೂ ಉತ್ತರಿಸುವೆ ಒಂ
ದೊಂದಾಗಿಯೆ ಹೇಳುವೆ. ನಿನ್ನೆ ಕಾಲ್ ರಿಸೀವ್ ಮಾಡಿದ್ದೂ
ನಿನ್ನ ಗಂಡ ರತ್ನೇಶ್. ನೀನು ಇಷ್ಟ ದಿನ ಆದರೂ
ಬೆಂಗಳೂರಿಗೆ ಬರಲಿಲ್ಲ ಅಲ್ಲಾ
ಅದಕ್ಕೆ ಕಾಲ್ ಮಾಡಿದ್ದೆ ಅಷ್ಟೇ ಕಣೆ." ಎಂದು
ತೊದಲು ಮಾತಿನಲ್ಲಿ ಸುಳ್ಳು ಹೇಳಿದಳು ಸೋನು.
"ಹೇ ನೀನು ಅವರಲ್ಲಿ ಹಳೆಯ ವಿಷಯ ಹೇಳಿಲ್ಲಾ ತಾನೆ,
ಅಂದ ಹಾಗೆ ನಾನು ಈ ಇದ್ದೇನೆ ಇವರ ರೂಮಿನಲ್ಲಿ.
ಪಾಪ ಕಣೆ ನನ್ನಿಂದ ಯಾಕೋ ಇವರ ಬದುಕು ಹಾಳುಗುತ್ತಾ
ಇದೆ ನಾನು ಇವರಿಗೆ ಡೈವೋರ್ಸ್ ಕೊಡಬೇಕು ಅಂತಾ ಇದ್ದೇ
ನೆ ಒಂದು ಒಳ್ಳೆ ಲಾಯರ್
ಇದ್ರೆ ಹೇಳೇ. "ಎಂದು ಕೇಳಿದಳು ಹೇಮಾ.
ಅದಕ್ಕೆ ಸೋನು ತೊದಲು ನುಡಿಯುತ್ತಾ "ಅದು
ಅದು ನೀನು. ಮೊದಲು ಅವರಲ್ಲಿ ಕೇಳಿ
ನೋಡು ಮತ್ತೆ ಲಾಯರ್ ಬಗ್ಗೆ ಯೋಚನೆ ಮಾಡು. ಸರಿ
ನನಗೆ ಈಗ ಒಂದು ಅರ್ಜೆಂಟ್ ಕೆಲಸ ಇದೆ ಆಮೇಲೆ ಕಾಲ್
ಮಾಡ್ತೇನೆ ಕಣೆ" ಎಂದು ಹೇಳಿ ಕರೆ ಇಟ್ಟಳು ಸೋನು.

ಫೋನಲ್ಲಿ ಹೇಳಿದ ಎಲ್ಲಾ ಮಾತನ್ನು ನನಗೆ ತಿಳಿಸಿದಳು
ಸೋನು.ನಂತರ ನಾವು ಮನೆಗೆ ಹೊರಟೆವು.

ನಾನು
ಮನೆಗೆ ಬಂದು ಫ್ರೆಶ್ ಆಗಿ ಅಡುಗೆ ಮಾಡೋಣ ಅಂತಾ ಅ
ಡುಗೆ ಮನೆಗೆ ಹೋದಾಗ ಅಲ್ಲಿ ಘಮ ಘಮ ಸುವಾಸನೆ,
ನನಗಾಗಿ ಬೊಂಬಾಟ್ ಭೋಜನವೆ ರೆಡಿ ಮಾಡಿದ್ದಳು ಹೇ

ಮಾ.

“ಅಲ್ವೇ ನೀನೇಕೆ ಇಷ್ಟು ತೊಂದರೆ ತೆಗೆದುಕೊಂಡೆ. ನಾನು ಅಡುಗೆ ಮಾಡುತಿದ್ದೆ”ಎಂದ ತಕ್ಷಣ “ ಹೌದು ಸ್ವಾಮಿ ನೀವು ನಳಪಾಕ ಮಹಾರಾಜರು ಅಲ್ಲವೇ. ? ನನಗು ಅಡುಗೆ ಬರುತ್ತೆ. ನೀವೇ ಯಾಕೆ ಮಾಡಬೇಕು ಸ್ವಲ್ಪ ನನ್ನ ಕೈ ರುಚಿ ಕೂಡಾ ತಿನ್ನಿ”ಎನ್ನುತ್ತಾ ಊಟ ಬಡಿಸಿದಳು.
“ರತ್ತು ನಾನು ನಿಮ್ಮಲ್ಲಿ ಒಂದು ಮಾತು ಕೇಳಬಹುದೇ..?
“ಎಂದು ಪಿಸುಧ್ವನಿಯಲ್ಲಿ ಕೇಳಿದಳು.ನನಗೆ ವಿಷಯ ತಿಳಿದಿತ್ತು ಆದರೂ ಅವಳಿಂದಲೆ ತಿಳಿಯಬೇಕೆಂದು
”ಸರಿ ಅದೇನು ಅಂತಾ ಹೇಳೇ “ಎಂದೆ. ಅದಕ್ಕೆ ಅವಳು “ ನನ್ನಿಂದ ನಿಮಗೆ ಸುಮ್ಮನೆ ತೊಂದರೆ,c
ನೀವು ಚೆನ್ನಾಗಿರಬೇಕು ಅದಕ್ಕೆ ನಾವು ಡೈವೋರ್ಸ್ ಮಾಡುವ “ ಎಂದು ಕೇಳಿಯೇ ಬಿಟ್ಟಳು. “ ನಿನ್ನ ಇಷ್ಟದಂತೆ ಆಗಲಿ ಆದರೆ ಒಂದು ಮಾತು ಅದೆಲ್ಲ ಬೇಡ ಅಂತಾ ನನಗೆ ಅನಿಸುತ್ತೆ. ನಾವು ಒಳ್ಳೆಯ ಫ್ರೆಂಡ್ಸ್ ಅಂದ್ಮೇಲೆ ನನಗೆ ಯಾವ ತೊಂದರೆಯು
ಇಲ್ಲಾ ಕಣೆ.ಆದರೆ ಇವಾಗ ಡೈವೋರ್ಸ್ ಮಾಡುವುದು ಉತ್ತಮವಲ್ಲ ಸ್ವಲ್ಪ ಸಮಯದ ಬಳಿಕ ನೋಡುವ . “ಎಂದೆ. ಅದಕ್ಕೆ ಅವಳು ತಲೆ ಅಲ್ಲಾಡಿಸಿ ಸುಮ್ಮನಾದಳು.

ಕೆಲವು ದಿನಗಳ ನಂತರ

ಅವಳ ಹುಟ್ಟಿದ ಹಬ್ಬದ ಮುಂದಿನ
ನಾನು ಸೋನುವಿಗೆ ಕರೆ ಮಾಡಿ ನಾಳೆ ಕಾಂಪಿಟೇಷನ್ ಎಲ್ಲಿ ಹಾಗು ನೈಟ್ ಸಣ್ಣದಾಗಿ ಪಾರ್ಟಿ ಅರೆಂಜ್

ಮಾಡುವ ಬಗ್ಗೆ ಮಾತನಾಡಿ ನಾಳಿನ ರಾತ್ರೆಯ ಪಾರ್ಟಿಯ ತಯಾರಿಯನ್ನು ಅಶೋಕ ಹೋಟೆಲ್ ನಲ್ಲಿ ನಾನು ,ಸೋನು, ರವಿ, ರಾಜು, ನಯನ, ಚೈತ್ರ ಹಾಗು ರಿತೇಶ್ ಸೇರಿಕೊಂಡು ಮಾಡಿದೆವು.ಪಾರ್ಟಿಯ

ಎಲ್ಲಾ ತಯಾರಿ ಮುಗಿಸಿ ನಾಳಿನ ಕಾಂಪಿಟೇಷನ್ ಗೆ ಬೇಕಾದ ತಯಾರಿಮಾಡಿ
ನಂತರ ಎಲ್ಲರೂ ಮನೆಗೆ ಹೋದೆವು .

ನಾನು ಮನೆಗೆ ಹೋಗುವಷ್ಟರಲ್ಲಿ ಅಡುಗೆ ರೆಡಿ ಇತ್ತು .
ನಾನು ಫ್ರೆಶ್ ಅಪ್ ಆಗಿ ಬಂದೆ. ನಾನೇ ಊಟ ಬಡಿಸಿಕೊಂಡೆ.
"ಹೇಮಾ ನಿಂದು ಊಟ ಆಯ್ತಾ..? " ಎಂದೆ . ಅವಳು
ನೋಡುತ್ತಾ "ನೀವು ಮೊದಲು ಮಾಡಿ .
ನಾನು ಲೇಟ್ ಆಗಿ ಮಾಡುವೆ"ಎಂದಳು. "ಬಾ ಒಟ್ಟಿಗೆ ಊಟ
ಮಾಡುವ ನಾಳೆ ಸ್ವಲ್ಪ ಬೇಗಾ ಏಳ್ಬೇಕು .
ನಮಗೆ ಹೊರಗಡೆ ಹೋಗಲು ಇದೆ.
ದಯವಿಟ್ಟು ಇಲ್ಲಾ ಅನ್ನ್ಬೇಡ.
"ನಾನು ಹೀಗೆಂದಾಗ ಅವಳು " ಆಯಿತು , ಸರಿ "
ಏನೂ ಇಷ್ಟ ಇಲ್ಲದ್ದಿದರು ಬಲವಂತಕ್ಕೆ ಒಪ್ಪಿದಂತೆ ಹೇಳಿದ
ಳು. ಊಟ ಮುಗಿಸಿ ಸ್ವಲ್ಪ ಬೇಗನೆ ಮಲಗಿಕೊಂಡೆವು.

ರಾತ್ರಿ 12 ಗಂಟೆ ಹೇಮಾಳಾ ಫೋನ್ ರಿಂಗ್ ಆಗ್ತಾ ಇದೆ.
"ಹೇಮಾ ನಿನ್ನ ಫೋನ್ ರಿಂಗ್ ಆಗ್ತಾ ಇದೆ ನೋಡೇ ಅದು
ಯಾರೆಂದು"ಕುಂಭಕರಣಿಗೆ ನಾನು ಹೇಳಿದ್ದು ಕೇಳಿಸಲೆ.
ನಾನು ಫೋನ್ ಡಿಸ್ಪ್ಲೇ ಯಲ್ಲಿ ಸೋನು

ನನ್ನವಳು

ವಿನ ನಂಬರ್ ನೋಡಿದಾಗ ತಿಳಿಯಿತು ಇವಳು ಬರ್ತ್ಡೇ ವಿಶ್ ಮಾಡಲು ಕರೆ ಮಾಡಿದ್ದಾಳೆ ಅಂತಾ. ಅದೇನೇ ಆಗ್ಲಿ ಇವತ್ತು ಹೇಮಾಳನ್ನ ಎಬ್ಬಿಸುವೆ ಅಂತಾ ಹೇಳಿ ಕಷ್ಟ ಹೇಮಾಳಾ ಎಬ್ಬಿಸಿ ಹುಟ್ಟುಹಬ್ಬದ ಶುಭಾಶಯ ತಿಳಿಸಿ ಫೋನ್ ಸ್ವೀಕರಿಸಲು ಹೇಳಿ ನಾನು ಮಲಗಿದೆ.

ಅವಳು ಫೋನ್ ನಲ್ಲಿ ಮಾತಾಡಿ ಅದ ಮೇಲೆ ನನ್ನ ಬಳಿ ಕೇಳಿದಳು. "ನಿಮಗೆ ಹೇಗೆ ಗೊತ್ತು ನನ್ನ ಬರ್ತ್ಡೇ ಅಂತಾ, ಯಾರೂ ಹೇಳಿದ್ದು " ಎಂದೆಲ್ಲಾ ಸಾವಿರ ಪ್ರಶ್ನೆ ಕೇಳಿದಳು. "ನಿನಗೆ ಮೆಸೇಜ್ ಬಂದಿತ್ತು ಅದು ನೋಡಿದಾಗ ತಿಳಿಯಿತು. ಬೇಗಾ ಮಲಗು ನಾಳೆ ಬೇಗಾ ಏಳಬೇಕು ತಾನೆ" ಎಂದೆ. ಪಾಪಚ್ಚಿ ಮಲಗಿದಳು.

ಸಮಯ ಬೆಳಿಗ್ಗೆ 5.00ನಾನು ಎದ್ದು ಫ್ರೆಶ್ ಅಪ್ ಆಗಿ ಬಂದೆ. ಪಾಪಚ್ಚಿ ಇನ್ನು ಕೂಡಾ ಎದ್ದೆ ಇಲ್ಲಾ ನಾನು ಅವಳನ್ನ ಕಷ್ಟ ಪಟ್ಟು ಎಬ್ಬಿಸಿದೆ ನಂತರ ನಾನು ಅಡುಗೆ ಮನೆಗೆ ಹೋಗಿ ಚಾ -ತಿಂಡಿ ಮಾಡಿದೆ. ಅವಳು ಫ್ರೆಶ್ ಆಗಿ ಬಂದಳು. ನಂತರ ಮೊದಲು ದೇವರಿಗೆ ನಾವು ಕೈ ಮುಗಿದು ಚಾ - ತಿಂಡಿ ತಿಂದು ನನ್ನ ಕಾರಿನಲ್ಲಿ ಹೊರಟೆವು. ಮೊದಲು ನಾನು ಸೋನುವಿನ ಮನೆಗೆ ಹೋಗಿ ಅವಳನ್ನ ಕರೆದುಕೊಂಡು ಕಾಂಪಿಟೇಷನ್ ನಡೆಯುವ ಸ್ಥಳಕ್ಕೆ ಹೊರಟೆವು. ಕಾರಿನಲ್ಲಿ ಅವರಿಬ್ಬರದ್ದು ಹರಟೆಯೋ ಎಷ್ಟೋ ದಿನಗಳ ಬಳಿಕ ಸಿಕ್ಕಿದ್ದು ಹೇಮಾಳಿಗೆ ಸೋನು. ಕಾಂಪಿಟೇಷನ್ ಸ್ಥಳಕ್ಕೆ

ಬಂದು ಇಳಿದೆವು.
ನೋಡು ನನ್ನ ಮೊದಲ ಬರ್ತ್ಡೇ ಸರ್ಪ್ರೈಸ್ ಎಂದು ಹೇಳಿ ಅವರನ್ನು ಒಳಗೆ ಕರೆದುಕೊಂಡು ಹೋದೆ. ಅವಳ ಡಿಸೈನ್ ಸೆಲೆಕ್ಟ್ ಆಗಿ ಅವಳಿಗೆ ದಿ ಬೆಸ್ಟ್ ಫ್ಯಾಷನ್ ಡಿಸೈನರ್ ಆಫ್ ದಿ ಇಂಡಿಯಾ ಅನ್ನೋ ಪ್ರಶಸ್ತಿಯು ಲಭಿಸಿತ್ತು. ಸಂಜೆ ಕಾಂ ಪಿಟೇಷನ್ ಮುಗಿಸಿ ನಂತರ ಹೋಟೆಲ್
ಗೆ ಹೋಗಿ ಅಲ್ಲಿ ಬರ್ತ್ಡೇ ಪಾರ್ಟಿ ಮುಗಿಸಿ ರಿಸಾಪ್ಸನ್ ಬಳಿ ಬಿಲ್ ಕಟ್ಟಲು ನಾನು ಹೇಮಾ
ಹಾಗು ಸೋನು ಬಂದೆವು.. ಹೇಮಾ "ನೀನಾ...
"ಎಂದು ಸಿಟ್ಟಾಗಿ ಕಿರಿಚಿದಳು. "ಏನಾಯಿತು "
ಗಾಬರಿಯಿಂದ ಕೇಳಿದಾಗ. ಸೋನು "ಇವನೇ ಮದನ್ "
ಎಂದು ಹೇಳಿದಳು. " ಓಹೋ ಹೌದ.
ನನಗೆ ಎಲ್ಲಾ ವಿಷಯ ತಿಳಿದಿದೆ.ಏಗಿದ್ದಿರ ಬ್ರದರ್,
ನೀವೇನು ಇಲ್ಲಿ "
ಎಂದು ನಾನು ಮೃದುವಾಗಿ ಪ್ರೀತಿಯಿಂದ ಕೇಳಿದೆ.
ಅದಕ್ಕೆ ಅವನು ಅದ
ಘಟನೆ ಹೇಳಿದ ಈಗ ಅವನಿಗೆ ಪುಟ್ಟ ಸಂಸಾರ ಇದೆ ಹಾಗು ಒಳ್ಳೆಯ ಮನುಷ್ಯನಾಗಿ ಜೀವನ ನಡೆಸುತ್ತಿದ್ದಾನೆ.
ನಾವು ಬಿಲ್ ಕಟ್ಟಿ ಅವನೊಂದಿಗೆ ಸ್ವಲ್ಪ ಹೊತ್ತು ಮಾತಾಡಿ ಮನೆಗೆ ಹೋದೆವು.
ಪಾಪಚ್ಚಿ ತುಂಬಾ ನಿದ್ದೆ ಬಂದಿತ್ತು ಕಾರಿನಲ್ಲೆ ನನ್ನ ಹೆಗಲ ಮೇಲೆ ತಲೆ ಹಾಕಿ ಮಲಗಿದಳು.
"ನೋಡಿ ಇವಳು ಎಷ್ಟು ಮುಗ್ದೆ ನಿಮ್ಮಂತ ಗಂಡ ಸಿಕ್ಕಿದ್ದು ಹೇಮಳಾ ಪುಣ್ಯ "ಎಂದು ಹೇಳಿ ನನ್ನ ಅಟ್ಟಕ್ಕೆ ಏರಿಸಿ ಬಿಟ್ಟ ಳು ಸೋನು.
"ಹಾಗೆಲ್ಲ ಏನಿಲ್ಲ ಒಳೆಯ ಸ್ನೇಹಿತನಾಗಿ ಇಷ್ಟೆಲ್ಲಾ ಮಾಡಿದೆ, ಅಂದಹಾಗೆ ನಾನು ಒಂದು ಸೈಟ್ ಖರೀದಿಸಿದ್ದೆನ್ನೆ ಅದರ

ಭೂಮಿ ಪೂಜೆ ನಾಳೆ ಮಾಡಿ ಬೇಗಾ ಕೆಲಸ ಶುರು ಮಾಡುವ
ಇನ್ನು ಒಂದು ತಿಂಗಳಲ್ಲಿ ಎಲ್ಲ ಕೆಲಸ ಮುಗಿಯಬೇಕು.
"ಎಂದೆ ಅಷ್ಟರಲ್ಲಿ ಅವಳ ಮನೆಯು ಬಂದಿತ್ತು.
ಅವಳನ್ನ ಕಳುಹಿಸಿ ನಾವು ಮನೆಗೆ ಬಂದು ಊಟ ಮಾಡಿ ಮ
ಲಗಿದೆವು .

ಮಾರನೇ ದಿನ
ನಾನು
ಎಂದಿನಂತೆ ಆಫೀಸ್ ಹೋಗುತ್ತೇನೆ ಎಂದು ಹೇಮಾಳಿಗೆ ಹೇ
ಳಿ , ಸೋನು ಮತ್ತು ಅವಳ ತಂದೆ
ತಾಯಿಯನ್ನು ಮನೆಗೆ ಕರೆದುಕೊಂಡು ಸೈಟ್ ಬಳಿ ಬಂದೆ .
ಅಲ್ಲಿ ಅರ್ಚಕರು ಬಂದು ಸೋನುವಿನ ತಂದೆ
ತಾಯಿಯ ಕೈಯಲ್ಲಿ ಭೂಮಿ ಪೂಜೆ ಮಾಡಿದೆ.
ಮರುದಿನದಿಂದ ಕೆಲಸ ಆರಂಭವಾಯಿತು. ಸೋನು ಯಾವ
ರೀತಿ ಆಫೀಸ್ ಇರಬೇಕು ಎಂದು ಇಂಜಿನಿಯರ್
ಗೆ ಹೇಳಿ ಅವಳೇ ಮುಂದೆ ಎಲ್ಲ ಕೆಲಸ ಮಾಡಿಸಿದಳು.
ನಾನು ಬೇಕಾದ
ಎಲ್ಲಾ ವ್ಯವಸ್ಥೆ ಹಾಗು ಹಣಕಾಸಿನ ವ್ಯವಸ್ಥೆ ಮಾಡಿದೆ.
ಒಂದು ತಿಂಗಳಲ್ಲಿ ಎಲ್ಲಾ ರೆಡಿ ಆಯಿತು
. ಆಫೀಸ್ ಉದ್ಘಾಟನೆ ಮಾಡಲು
ಒಂದು ಒಳ್ಳೆ ದಿನಾಂಕ ನೋಡಿ ನಿಶ್ಚಯಿಸಿದೆವು.
ಆದರೆ ಈಗ ತೊಂದರೆ ಇಲ್ಲಿಯೇ ಹೇಮಾಳನ್ನ ಹೇಗೆ ಕರೆದು
ಕೊಂಡು ಬರುವುದೆಂದು ಅದಕ್ಕೆ ಸೋನು ಒಂದು
ಉಪಾಯ ಮಾಡಿದಳು.
"ನಾನು ಒಂದು ಹೊಸ ಆಫೀಸ್ ಮಾಡಿದ್ದೇನೆ ಅದರ ಉ
ದ್ಘಾಟನೆ ನೀನೇ ಮಾಡಬೇಕು" ಎಂದು
ಹೇಮಾಳಿಗೆ ಒತ್ತಾಯಿಸಿ ಒಪ್ಪುವಂತೆ ಮಾಡಿದಳು.ಹೇಮನೂ

ಒಪ್ಪಿದಳು. ನಾನು ಸೋನುವಿನಲ್ಲಿ ಹೇಳಿದ್ದೆ ಈ ಆಫೀಸ್ ಮಾಡಿದ್ದು ನಾನೇ ಅಂತಾ ಅವಳಿಗೆ ಗೊತ್ತಾಗ ಬಾರದೆಂದು.

ಆಫೀಸ್ ಉದ್ಘಾಟನೆಯ ದಿನ
ನಾನು ಹೇಮಾಳನ್ನ ಕರೆದುಕೊಂಡು ಆಫೀಸ್ ಬಳಿ ಬಂದೆ ,
ಸೋನು ನಮ್ಮ ಬಳಿ ಬಂದು
" ಬಂದಿಯಾ ಬೇಗಾ ಬಾ ಉದ್ಘಾಟನೆ ಮಾಡು ಡಿಯರ್ ನಿನಗಾಗಿಯೇ ಕಾಯುತಿದ್ದೆ ." ಎಂದಳು.
ಎಲ್ಲರೂ ಉದ್ಘಾಟನೆ
ಮಾಡುವಲ್ಲಿ ಬಂದು ಸೇರಿದ್ದರು ಹೇಮಾ ಕೈಯಲ್ಲಿ ಕತ್ತರಿ ಹಿಡಿದು ಇನ್ನೇನು
ರಿಬ್ಬನ್ ಕಟ್ಟ್ ಮಾಡಬೇಕು ಅಷ್ಟರಲ್ಲಿ ಸೋನು "ಡಿಯರ್ ನಿನಗೊಂದು ವಿಷಯ ಹೇಳಬೇಕು ಈ ಆಫೀಸ್ ನನ್ನದಲ್ಲ ನಿನ್ನದು, ನಿನಗಾಗಿಯೆ ಇದರ ನಿರ್ಮಾಣ ಆಗಿದೆ.
ನೀನೇ ಇದಕ್ಕೆ ಬಾಸ್ "ಎಂದ
ತಕ್ಷಣ ಹೇಮಾಳ ಕಣ್ಣಲ್ಲಿ ನೀರು ಬಂದಿತ್ತು .
"ಸರಿ ನಿಮ್ಮದು ಅಳುವ ಕಾರ್ಯಕ್ರಮ ಮತ್ತೆ ಇಟ್ಟುಕೊಳ್ಳಿ ಈಗ ಉದ್ಘಾಟನೆ ಮಾಡಿ "ಎಂದು ನಾನು ಅವರ ಗಮನ ಬದಲಿಸಿದೆ. ಉದ್ಘಾಟನೆ
ಅಂತೂ ಆಯಿತು ಎಲ್ಲಾ ಸುಸೂತ್ರವಾಗಿ ನಡೆಯಿತು.
ಆಫೀಸ್ ಒಂದು ತಿಂಗಳಲ್ಲಿ ನಮ್ಮ
ರಾಜ್ಯದಲ್ಲಿ ಅತ್ಯುತ್ತಮ ಪ್ರಸಿದ್ದಿಗೊಂಡಿತ್ತು.
ಸಣ್ಣದಾಗಿ ಆರಂಭವಾದ ಈ ಸಾನ್ವಿ ಡಿಸೈನ್ ಸಂಸ್ಥೆ ದೊಡ್ಡ ಯಶಸ್ಸು ಕಂಡಿತ್ತು.

ನಾಲ್ಕು ತಿಂಗಳ ಬಳಿಕ

ಹೇಮಾಳಿಗೆ ಒಂದು ಕರೆ ಬಂದಿತ್ತು . ಆ ಕರೆ ಸ್ವೀಕರಿಸಿದಳು " ಹೇ ಡಿಯರ್ ನೀನು ಅರ್ಜೆಂಟ್ ಆಗಿ ಗಾಯತ್ರಿ ಆಸ್ಪತ್ರೆ ಬಾ , ನಿನ್ನ ಮನೆಗೆ ಕಾರು ಕಳಿಸಿದ್ದೇನೆ ಬೇಗಾ ಬಾ" ಎಂದು ಹೇಳಿ ಕರೆ ಇಟ್ಟಳು ಈ ಕಡೆ ಹೇಮಾಳಿಗೆ ತುಂಬಾ ಭಯವಾಗಿತ್ತು .ಹೇಮಾ ಆಸ್ಪತ್ರೆಗೆ ಬಂದಳು. "ಡಿಯರ್ ಏನಾಯಿತು ಹೇಳೇ " ಎಂದು ತುಂಬಾ ಗಾಬರಿಯಿಂದ ಸೋನುವಿನಲ್ಲಿ ಕೇಳಿದಳು. "ಅದು ಅದು ನಿನ್ನ ಗಂಡನಿಗೆ "
ಸೋನುವಿನ ಉತ್ತರಕ್ಕೆ "ಅವರಿಗೆ ಏನಾಯಿತು ಹೇಳೇ ಹೇಳೇ ಬೇಗಾ , ನನಗೆ ತುಂಬಾ ಭಯ ಆಗ್ತಿದೆ ಹೇಳೇ "
ಎಂದಳು. "ಅವರಿಗೆ ಆಕ್ಸಿಡೆಂಟ್ ಆಯಿತು, ಹೇಗೆ ಏನೂ ಗೊತ್ತಿಲ್ಲ ಡಾಕ್ಟರ್ ಕೂಡಾ ಇನ್ನು ಹೇಗಿದ್ದಾರೆ ಅಂತಾ ಗೊತ್ತಿಲ್ಲ .
ನಾನು ನಿನಗೆ ಒಂದು ವಿಷಯ ಹೇಳಬೇಕು" ಅಂತಾ ಹೇಳುತ್ತಿರುವಾಗ ನರ್ಸ್ ಬಂದು ಇಲ್ಲಿ ರತ್ನೇಶ್ ಕಡೆ ಅವರು ಯಾರೂ ಎಂದು ಕರೆದರು ಹೇಮಾ ಓಡಿ ಬಂದು ನಾನೆ ಅವರ ಹೆಂಡತಿ ಅವರು ಹೇಗಿದ್ದಾರೆ ಅವರಿಗೆ ಏನೂ ಆಗಿಲ್ಲಾ ತಾನೆ ಎಂದು ಗಾಬರಿಯಿಂದ ಕೇಳಿದಳು.
ಅದಕ್ಕೆ ಅವರಿಗೆ ಏನೂ ಆಗಿಲ್ಲ ಈಗ ಸೌಖ್ಯವಾಗಿದ್ದರೆ ನೀವು ಈಗ ಡಾಕ್ಟನ್ನ್ರ್ ಭೇಟಿ ಆಗಿ ಎಂದು ಹೇಳಿದಾಗ ಅವರು ಡಾಕ್ಟರ್ ನ್ನು ಭೇಟಿಯಾಗಿ ಬಂದರು .
ನನನ್ನು ಆಸ್ಪತ್ರೆಗೆ ಸೇರಿಸಿದ ವ್ಯಕ್ತಿ ಅಲ್ಲೇ ಇದ್ದರು ಅವರನ್ನ ಇವರು ಭೇಟಿಯಾಗಿ ಅವರಲ್ಲಿ ಏನಾಯಿತು ಅಂತಾ ಕೇಳ್ಲೋಕೆ ಬಂದಾಗ ಅಲ್ಲಿ ನಿಂತ್ತಿದ್ದು ಮದನ್..ಅವನನ್ನ ನೋಡಿ ಹೇಮಾ "ನೀನಾ ,

ನೀನು ಇಲ್ಲಿ ಕೂಡಾ ಬಂದಿಯಾ ನನ್ನ ನೆಮ್ಮದಿಯಿಂದ
ಇರಲು ಬಿಡುದಿಲ್ಲವಾ..? "ಎಂದು ಬೈಯ್ಯುತ್ತಿದ್ದಳು. "ಅರೆ ನೀ
ನು ಸ್ವಲ್ಪ ಸುಮ್ಮನಿರು ಆಮೇಲೆ ವಿಷಯ
ಏನೆಂದು ಕೇಳು ಆಮೇಲೆ ಬೈಯ್ಯಿ "ಎಂದು ಹೇಮಾಳನ್ನ
ಸಮಾಧಾನ ಪಡಿಸಿದಳು ಸೋನು.
. "ಅದೇನೇಯಿ
ತು ಎಂದು ನೀವು ಹೇಳಿ "ಎಂದು ಸೋನು ಮದನ್
ನಲ್ಲಿ ಕೇಳಿದಳು "
ಅದು ನಾನು ಹೆಂಡತಿ ಮತ್ತು ಮಗು ಹೊರಗೆ ಶಾಪಿಂಗ್ ಅಂ
ತಾ ಬಂದಿದ್ದೆವು ಆಗ ನನ್ನ ಮಗು ರೋಡ್
ನಲ್ಲಿ ಆಡುತ್ತ ಬಂದಿತ್ತು.
ಎದುರುಗಡೆ ಯಿಂದ ದೊಡ್ಡ ಟ್ರಕ್ ಬರುವುದನ್ನು ರತ್ನೇಶ್
ನವರು ನೋಡಿ ನನ್ನ ಮಗುವನ್ನು ಸೇಫ್ ಮಾಡಲು ಹೋಗಿ
ಅವರ ಪ್ರಾಣಕ್ಕೆ ಕುತ್ತು ತಂದುಕೊಂಡರು.
ಅನಂತರ ನಾವು ಓಡಿ ಬಂದು ಅವರನ್ನ ಆಸ್ಪತ್ರೆಗೆ ಸೇರಿಸಿದೆ
"ಎಂದು ದುಃಖ ದಿಂದ ಮದನ್ ನಡೆದ ಘಟನೆ ವಿವರಿಸಿದನು.

"

ನೋಡಿದ್ಯಾ ಈವಾಗ ವಿಷಯ ಗೊತ್ತು ಆಯ್ತು ತಾನೆ ಈಗ
ಯಾರನ್ನ ಬೈಯ್ಯಬೇಕು ಬಯ್ಯಿ.
ಅಲ್ಲಾ ನೀನು ಅಂತ ಒಳ್ಳೆ ಗಂಡನಿಗೆ ಡೈವೋರ್ಸ್ ಕೊಡಬೇ
ಕು ಅಂತಾ ಇದ್ದಿ ತಾನೆ. ನಿನ್ನನ್ನ ಪೆದ್ದು ಅನ್ನಬೇಕೊ
ಅಥವಾ ಹುಚ್ಚುತನ ಅನ್ನಬೇಕೋ ಗೊತ್ತಿಲ್ಲ,
ಅವತ್ತು ಅವರು ಹೇಳಿದ್ದರು
ಈ ವಿಷಯ ನಿನಗೆ ತಿಳಿಯಬಾರದೆಂದು ಆದರೆ ಇವತ್ತು ಹೇ
ಳಲೆ ಬೇಕು.
ನೀನು ಅಂದುಕೊಂಡಂತೆ ಸಾನ್ವಿ ಡಿಸೈನ್ ಸಂಸ್ಥೆ ನಾನು ನಿ

ನನ್ನವಳು

ರ್ಮಿಸಲಿಲ್ಲಾ ಎಲ್ಲಾ ಅವರದ್ದೇ ಅವರೇ ಲೋನ್ ಮಾಡಿ ನಿ
ನಗಾಗಿ ನಿನ್ನ ಕನಸನ್ನ ನಿಜಮಾಡಿದರು.
ನಾನು ಕೇವಲ ಸಲಹೆ ಮತ್ತು ಸಹಾಯ ಮಾಡಿದ್ದೆ ಅಷ್ಟೇ.
"ಎಂದು ಎಲ್ಲಾ ವಿಷಯವನ್ನು ಅವಳಿಗೆ ತಿಳಿಸಿದಳು ಸೋನು
.

ಕಣ್ಣಲ್ಲಿ ನೀರು ತುಂಬಿತ್ತು.
ಓಡಿ ಹೋಗಿ ನರ್ಸ್ ಬಳಿ ಕೇಳಿದಳು ನಾನು ಅವರನ್ನ ನೋ
ಡಬಹುದಾ ಅಂತಾ.
ಆಗಲ್ಲ ಅಂತಾ ಹೇಳಿದರು ಹಠ ಹಿಡಿದು ಒಳಗೆ ಬಂದಳು ನ
ನ್ನ ಗಟ್ಟಿಯಾಗಿ ತಬ್ಬಿಕೊಂಡು ಅತ್ತಳು. ಅರೆ ಪ್ರಜ್ಞೆಯಲ್ಲಿದ್ದ
ನಾನು "ಏನಾಯ್ತು ಕಣೆ
ನನ್ನ ಮುದ್ದು ಪಾಪಚ್ಚಿ "ಎಂದೆ ಅದಕ್ಕೆ ನಿಮಗೆ ಹುಶಾರ್
ಇಲ್ಲಾ ತಾನೆ ಸುಮ್ಮನೆ ಮಲಗಿ ನಾನು ಎಲ್ಲಾ ಮತ್ತೆ ಹೇಳುವೆ
ಎಂದು ನನಗೆ ಗದರಿದಳು. ನನ್ನ ಕೈಯನ್ನು ಗಟ್ಟಿ
ಯಾಗಿ ಹಿಡಿದು ಮೆಲ್ಲನೆ "ಮುದ್ದು I love you "ಹೇಳಿದಳು.
ನನಗೆ ಕೇಳಿಸಿದರು "ಏನು ಹೇಳಿದೆ "
ಎಂದು ಕೇಳಿದಾಗ "ಏನಿಲ್ಲ "ಎಂದಳು.
ಆಗ ಡಾಕ್ಟರ್ ಬಂದು ಚೆಕ್‌ಅಪ್ ಮಾಡಿ.
ವಾರ್ಡ್ಗೆ ಶಿಫ್ಟ್ ಮಾಡಿಸಿದರು. 1
ವಾರದ ಬಳಿಕ ನನ್ನ ಡಿಸ್ಚಾರ್ಜ್ ಎಂದು ಬೇರೆ ಹೇಳಿದ್ದರು.
ಹೇಮಾ ಪಾಪ ಒಂದು ವಾರ ನನ್ನ
ನನ್ನೊಂದಿಗೆ ಆಸ್ಪತ್ರೆಯಲ್ಲಿಯೆ ಇದ್ದಳು.
ನನಗೆ ಊಟ ಮಾಡಿಸಿ ಮಲಗಿಸಿತಿದ್ದಳು.

ಒಂದು ದಿನ ಊಟ ಮಾಡಿಸುತ್ತಾ ಇದ್ದಳು ನಾನು ಮೆಲ್ಲನೆ "I
love you ಪಾಪಚ್ಚಿ " ಅಂತಾ helide. ಅದಕ್ಕೆ ಅವಳು " I love

ನನ್ನವಳು

you - 2" ಅಂತಾ ಮೆಲ್ಲನೆ ಉತ್ತರಿಸಿದಳು.
ಅದಕ್ಕೆ ನೀನು ಏನೂ ಹೇಳಿದೆ ಪುನಃ ಹೇಳು ಎಂದೆ ಅದಕ್ಕೆ
ಅವಳು ಪುನಃ "I love you -2 "ಎಂದಳು.
ಕಣ್ಣಲ್ಲಿ ಕಣ್ಣೀರು ಬಂತು ಅವಳನ್ನ ಗಟ್ಟಿಯಾಗಿ ಅಪ್ಪಿಕೊಂ
ಡೆ.
ಅಲ್ಲಿಂದ ಶುರುವಾಯಿತು ನನ್ನ ಹೊಸ ಪ್ರೇಮ ಜೀವನ ನನ್ನ
ವಳೊಂದಿಗೆ.

ಮುಕ್ತಾಯ.
ಧನ್ಯವಾದಗಳು.

✍️✍️ಲೇಖಕರು ✍️✍️
Rathnesh Belman

✍️✍️ಲೇಖಕರು ✍️✍️
Rathnesh Belman

Notes

ಟೇಬಲ್ ಮೇಲೆ ಫ್ರೆಶ್ ಹಣ್ಣು -ಹಂಪಲು ಗಳು,
ರೂಮ್ ತುಂಬಾ ಘಮ ಘಮ್ ಸುವಾಸನೆ, ಬಣ್ಣ ಬಣ್ಣದ
ಹೂವಿನಿಂದ ಮದುವನಗಿತ್ತಿಯಂತೆ ಸಿಂಗಾರಗೊಂಡಿತ್ತು
ನನ್ನ ರೂಮ್.
.
ಬಾಲ್ಕನಿಯಲ್ಲಿ ಚಂದ್ರನ ನೋಡುತ್ತಾ
, ಯಾರಿಗೋ ನಾ ಕಾಯುತ್ತ ನಿಂತಿದ್ದೆ.
ಕೈಯಲ್ಲಿ ಹಾಲಿನ ಲೋಟ ,
ಅಪ್ಸರೆಯಂತೆ ಕಾಣುವ ಮದುಮಗಳು. ಅವಳ ಸುತ್ತ ನನ್ನ
ಅಮ್ಮ, ತಂಗಿ ಹಾಗು ಇನ್ನಿತರರು ಅವಳನ್ನ
ರೇಗಿಸುತ್ತಾ ನನ್ನ ರೂಮಿನ ಬಾಗಿಲ
ಬಳಿ ಕರೆದುಕೊಂಡು ಬಂದು ಕಿವಿಯಲ್ಲಿ
ಏನೂ ಗೊಣಗಿ ರೂಮ್ ನಾ ಒಳನೂಕಿದರು.
“ ಓ ಸಾಹೇಬ್ರು..... ಅಷ್ಟು ಬೇಗಾ ಕನಸಿನ
ಲೋಕಕ್ಕೆ ಹೋದಂತಿದೆ. ಲೋ ಅಣ್ಣಾ ಅತ್ತಿಗೆ
ಇಲ್ಲಿ ಇದ್ದಾರೆ ಕನಸು ಕಾಣುದನ್ನ ಬಿಡು“ ಎಂದು
ನನ್ನ ಮುದ್ದಿನ ತಂಗಿ ಹೇಳಿದ ಕೂಡಲೇ ಅಮ್ಮ
“ನಿಂದು ಏನೆ ತರ್ಲೆ, ನಡೀರಿ ಎಲ್ಲಾ ಹೋಗಿ ಹೋಗಿ “
ಎಂದು ಹೇಳಿ ಎಲ್ಲರನ್ನು ಕಳುಹಿಸಿ ಹೊರಗಡೆಯಿಂದ ಚಿಲಕ
ಹಾಕಿ ಹೋದರು.

ಅವಳು ನನ್ನ ಬಳಿ ಪ್ರೀತಿಯಿಂದ ಹಾಲು
ಕುಡಿಸಿ ನನ್ನ ಮುದ್ದಿಸುವಳು ಎಂದುಕೊಂಡಿದ್ದೆ.

ಆದರೆ ಅವಳು ಸಿಟ್ಟಿನಿಂದ ಬಂದು ಟೇಬಲ್ ಮೇಲೆ ಹಾಲಿನ ಗ್ಲಾಸ್ ಇಟ್ಟಳು.
ನನಗೆ ಆಶ್ಚರ್ಯವಾಗಿ ಇವಳಿಗೆ ಏನಾಯಿತಪ್ಪ ಮನಸಲ್ಲಿ ಅಂದುಕೊಂಡು ಅವಳಲ್ಲಿ ಕೇಳಿದೆ " ಯಾಕೆ ಏನಾಯ್ತು.? ನನ್ನಿಂದ ಏನಾದರೂ ತಪ್ಪಾಗಿದೆಯೇ ..?

ಮನಸಲ್ಲಿ ಬೇಜಾರು ,ಸಿಟ್ಟಿನಿಂದ "ನೋಡಿ ನಿಮಗೆ ಸ್ವಲ್ಪ ಕೂಡ ಮನುಷತ್ವ ಇಲ್ವಾ..? ಹುಡುಗಿಗೆ ಮದುವೆ ಒಪ್ಪಿಗೆ ಇದ್ದೆಯಾ ಇಲ್ವಾ ಕೇಳಬೇಕು ತಾನೆ..? ನೋಡಿ ನಾನು ನಿಮ್ಮೊಂದಿಗೆ ಸಂಸಾರ ಮಾಡಲು ಸಾಧ್ಯವಿಲ್ಲ. ಅದಲ್ಲದೆ ನಾನು ನಿಮ್ಮನ್ನ ಇಷ್ಟಪಟ್ಟು ಮದುವೆಯಾಗಿಲ್ಲಾ. ಅಪ್ಪನ ಬಲವಂತಕ್ಕೆ ಮದುವೆ" ಎಂದು ಹೇಳಿ ಕಣ್ಣೀರಿಟ್ಟಳು.

"ಅಯ್ಯೋ ಅಳಬೇಡ ಹೇಮಾ. ಸರಿ ಈಗ ನಿನಗೆ ಮದುವೆ ಇಷ್ಟ ಇರಲಿಲ್ಲ ಅಂತಾ ನನಗೆ ತಿಳಿಯಲೆ, ನಾನು ನಿನ್ನ ಒಂದು ಮಾತು ಕೇಳಿಲಿಲ್ಲ ಸಾರಿ ಹೇಮಾ " ಎಂದು ಅವಳಲ್ಲಿ ಕ್ಷಮೆಯಾಚಿದೆ.

(ಅಳುತ್ತಾ ನನ್ನನ್ನೆ ನೋಡುತ್ತ ಇದ್ದಳು.)

"ನಾನು ಒಂದು ಮಾತು ನಿನ್ನ ಕೇಳಬೇಕಿತ್ತು. ಆದರೆ ನಾನು ಮನೆಯವರಿಗಾಗಿ ಮದುವೆಯಾಗಬೇಕಾಯ್ತು.ಅಷ್ಟಲ್ಲದೆ ನಿನ್ನ ತಂದೆ ಹಾಗು ನನ್ನ ತಂದೆ ಬಾಲ್ಯದಿಂದಲೂ ಆತ್ಮೀಯ ಗೆಳ ಯರು.ಹೌದು ನಿನಗೆ ಯಾಕೆ ಈ ಮದುವೆ ಇಷ್ಟ ಇರಲಿಲ್ಲ" ಎಂದು ಕೇಳಿದೆ.

ನನ್ನವಳು

"ನೋಡಿ ನಾನು ಅದೆಲ್ಲ ಈಗ ಹೇಳುವ ಸ್ಥಿತಿಯಲ್ಲಿ ನಾನಿಲ್ಲ
ದಯವಿಟ್ಟು ಏನನ್ನು ಕೇಳಬೇಡಿ.
ನಾನು ನಿಮ್ಮೊಂದಿಗೆ ಪ್ರೀತಿಯಿಂದ ಜೀವನ ನಡೆಸಲು ಸಾಧ್ಯ
ವಿಲ್ಲಾ ನನ್ನಿಂದಾಗಿ ನಿಮ್ಮ ಜೀವನ ಹಾಳಾಗುವುದು ಬೇಡ"
ಎನ್ನುತ್ತಾ ಜೋರಾಗಿ ಅತ್ತು ಬಿಟ್ಟಳು.
"ಸರಿ ಸರಿ ನೀನು ಅಳಬೇಡ ಕಣೆ,
ನೀನು ಹೇಳಿದ ಹಾಗೆ ಆಗಲಿ.
ಇನ್ನು ಮುಂದೆ ನಾನು ನೀನು ಒಳ್ಳೆ ಗೆಳೆಯರಾಗಿರುವ.
ಆದರೆ ಒಂದು ಮಾತು ಈ ವಿಷಯ ನಮ್ಮ ತಂದೆ –
ತಾಯಿಗೆ ಈಗಲೇ ಗೊತ್ತಾಗುವುದು ಬೇಡ.
ಒಳ್ಳೆ ಸಮಯ ನೋಡಿಕೊಂಡು ಎಲ್ಲಾ ವಿಷಯವನ್ನು ಅವ
ರಿಗೆ ತಿಳಿಸುವ. ಇನ್ನು ಮುಂದೆ
ನಾವು ಹೊರಪ್ರಪಂಚಕ್ಕೆ ಅಷ್ಟೇ ಗಂಡ –
ಹೆಂಡತಿ ನಿನಗೆ ಇದು ಒಪ್ಪಿಗೆ ತಾನೆ " ಎಂದೆ.
ಅದಕ್ಕೆ ಅವಳು "ಹಾ ಒಪ್ಪಿಗೆ ಇದೆ.
ಆದರೆ ಒಂದು ನೀನು ಎಲ್ಲಿ ಮಲಗುತ್ತೀಯಾ" ಅಂಜಿಕೆಯಿಂ
ದ ಕಿರುಧ್ವನಿಯಲ್ಲಿ ಕೇಳಿದಳು.

"ನಾನು ಇಲ್ಲಿ ಮಂಚದಲ್ಲೆ ಮಲಗುತ್ತೇನೆ,
ನೀನು ಇಲ್ಲಿಯೇ ಮಲಗುವು, ನಮ್ಮ ಮೇಲೆ ನಂಬಿಕೆ ಇದೆ
ತಾನೆ. ಸರಿ ಮದ್ಯದಲ್ಲಿ ದಿಂಬು ಹಾಕಿ ಮಲಗುವ"
ಎಂದು ಹೇಳಿದ ಕೂಡಲೇ ಅವಳು ಹೋಗಿ ದಿಂಬು ಮಧ್ಯದ
ಲ್ಲಿ ಹಾಕಿದಳು..

"ನೀನು ಇದರ ಬಗ್ಗೆ ಹೆಚ್ಚು ಚಿಂತಿಸಬೇಡ,
ಸರಿ ನೀನು ಹಾಲು ಕುಡಿದು ಮಲಗು "ಎಂದು ಹೇಳಿ ಮುಗಿ
ಸುವಷ್ಟರಲ್ಲಿ ಪಾಪ ಆಕೆ ಮಲಗಿಯೇ ಬಿಟ್ಟಿದ್ದಳು.

ನನ್ನವಳು

ನಾನು ಬಾಲ್ಕನಿಯಲ್ಲಿ ನಿಂತು
ಅವಳ ನೋಡುತ್ತಾ "ಪಾಪ ಎಷ್ಟು ಮುಗ್ದ ಹುಡುಗಿ, ಮನಸ್ಸು ಮಗು ತರ, ಮಲಗಿರೋದು ನೋಡು
ಅದೆಷ್ಟೋ ವರ್ಷದಿಂದ ಮಲಗಿಲ್ಲ ಅನ್ನೋ
ಹಾಗೆ. ಎಷ್ಟೊಂದು ಮುಗ್ದ ಹೆಣ್ಣು" ಎಂದು
ಯೋಚಿಸುತ್ತಿರುವಾಗ ಅವಳ ಮೊಬೈಲ್ ಗೆ ಒಂದು ಕರೆ
ಬಂತು. ಕುಂಭಕರಣಿ ತರ ಮಲಗಿದ್ದಳು
ಹೇಮಾ.ಪಕ್ಕದಲ್ಲಿ ಬಾಂಬ್ ಬಿದ್ದರು ಗೊತ್ತಾಗದಾಗೆ. 2-3
ಸಲ ರಿಂಗ್ ಆದರೂ ಅವಳಿಗೆ ಎಚ್ಚರವಾಗಲೆ ಇಲ್ಲಾ.

ಇನ್ನೇನು ಮಾಡುವುದು ನಾನೇ ಸ್ವೀಕರಿಸಿದೆ, ನಾನು ಹಲೋ
ಅನ್ನೋಷ್ಟರಲ್ಲಿ ಆ ಕಡೆಯಿಂದ " ಕಂಗ್ರಾಟ್ಸ್ ಹೇಮಾ
..ನಿನಗೊಂದು ಗುಡ್ ನ್ಯೂಸ್ ಕಣೆ ,ನೀನು ಅವತ್ತು
ನೀನು ನಿನ್ನ ಡಿಸೈನ್ಗಳನ್ನು "ದಿ ಬೆಸ್ಟ್ ಫ್ಯಾಷನ್ ಡಿಸೈನ್ ಆ ದಿ ಇಂಡಿಯಾ "
ಕಾಂಪಿಟೇಷನ್ಗೆ ಸಬ್ಮಿಟ್ ಮಾಡಿದ್ಯಲ್ವಾ ಅದೆಲ್ಲಾ ಸೆಲೆಕ್ಟ್ ಆಗಿದೆ ಮುಂದಿನ ವಾರ ಅದರ ಕಾಂಪಿಟಿಷನ್ ಇದೆ.
ನೀನು ಊರಿಂದ, ಯಾವಾಗ ಬೆಂಗಳೂರಿಗೆ ಬರ್ತಿಯಾ
" ಎಂದು ಹೇಮಾಳಾ ಗೆಳತಿ ಸೋನು ಹೇಳಿದಳು.
"
ಹಲೋ ಇದು ಹೇಮಾ ಅಲ್ಲ ಅವಳ ಗಂಡ ಮಾತಾಡ್ತಾ ಇರೋದು ನೀವು ಹೇಳಿದ್ದು ನಿಜಾನಾ. ನನಗೆ ಇದರ ಬಗ್ಗೆ ತಿಳಿದಿಲ್ಲ ದಯವಿಟ್ಟು ಸ್ವಲ್ಪ ತಿಳಿಸುವಿರಾ "ಎಂದು ನಾನು ಸೋನುವಿನಲ್ಲಿ ಕೇಳಿದೆ.

" ಹೇಮಾಗೆ ಮದುವೆ ಆಯ್ತಾ ,
ನನಗೆ ಅವಳು ಒಂದು ಮಾತು ಹೇಳಿಲ್ಲಾ.

ಅಂತೂ ನೀವು ಕೊನೆಗೂ ಮದುವೆ ಆದಿರಲ್ಲ ಮದನ್,
ಕಾಂಗ್ರ್ಯಾಟ್ಸ್ ಅವಳು ಹೇಳಿ ಮುಗಿಸುವಷ್ಟರಲ್ಲಿ,
"ಮೇಡಂ, ಮೊದಲನೆಯದಾಗಿ ನಾನು ಮದನ್ ಅಲ್ಲಾ,
ನಾನು ರತ್ನೇಶ್, ನಿಮ್ಮ ಹೆಸರೇನು ,ನೀವು ಹೇಳಿದ್ದು ನಿಜಾನಾ
ಅವಳು ಸೆಲೆಕ್ಟ್ ಆದಾಳ." ಎಂದು ಅವಳಿಗೆ ಕೇಳಿದೆ.
ಅದಕ್ಕೆ ಅವಳು "ನಾನು ಸೋನು, ಹೇಮಾಳಾ ಗೆಳತಿ ನಾವು
ಒಟ್ಟಿಗೆ ಕಲಿತವರು, ಅವಳು ಇಂಡಿಯಾದ ಅತಿ ದೊಡ್ಡ
ಫ್ಯಾಷನ್ ಡಿಸೈನ್ ಕಾಂಪಿಟೇಷನ್ ಗೆ ಆಯ್ಕೆ ಆಗಿದ್ದಾಳೆ. ಇದು
ಅವಳ ಅತಿ ದೊಡ್ಡ ಕನಸು. ಆದರೆ ಆ ಕನಸು
ಜಾಸ್ತಿ ಉಳಿಯಲಿಲ್ಲಾ. ಹೌದು ನಿಮಗೆ ಅವಳು ಏನೂ
ಹೇಳಲೆ ಇಲ್ವಾ." ಎಂದಳು ಸೋನು.

"ಓಹೋ ಹೌದೇ, ನೀವು ನನಗೆ
ಒಂದು ಸಹಾಯ ಮಾಡುತ್ತೀರಾ, ದಯವಿಟ್ಟು ಈ ವಿಷಯ
ಅವಳಿಗೆ ತಿಳಿಸಬೇಡಿ, ನಾನು ಅವಳಿಗೆ ಸರ್ಪ್ರೈಸ್ ಕೊಡಬೇಕು
ಅಂತಾ ಇದ್ದೇನೆ,
ಅವಳು ಯಾವತ್ತೂ ಖುಷಿಯಾಗಿರಬೇಕು. ಯಾಕೋ ತುಂಬಾ
ಬೇಸರದಲ್ಲಿದ್ದನ್ನು ನಾನು ಕಂಡಿರುವೆ ಏನೊ ಆಗಿದೆ
ಅವಳ ಬದುಕಲ್ಲಿ ಅನ್ನೋದನ್ನ ನಾನು ತಿಳಿದಿರುವೆ
.ಹೌದು ಈ ಮದನ್ ಯಾರೂ,ಅವಳ
ಬದುಕಿನಲ್ಲಿ ಏನಾಗಿದೆ ಅಂತದ್ದು ನೀವು ನನಗೆ ಒಂದು ದಿನ
ಸಿಗಬಹುದೇ, ಎಲ್ಲಾ ವಿಷಯ ತಿಳಿಸಬಹುದೇ...? ,
ನಿಮ್ಮ ಫೋನ್ ನಂಬರ್ ಕೊಡಿ ಎಂದು ಅವಳಲ್ಲಿ ಕೇಳಿದೆ.

"ಸರಿ "
ಎಂದು ಹೇಳಿ ಸೋನು ನಂಬರ್ ಕೊಟ್ಟು ಫೋನ್ ಇಟ್ಟಳು.
ನಾನು ಹೋಗಿ ಮಲಗಿದೆ.

ನನ್ನವಳು

ಸಮಯ ಬೆಳಿಗ್ಗೆ 5.00ಗಂಟೆ.
ಹೇಮಾ ಇನ್ನು ಏಳಲೆ ಇಲ್ಲಾ. ನಾನು ಎದ್ದು ಸ್ನಾನ ಮುಗಿಸಿ ಫ್ರೆಶ್‌ಅಪ್ ಆಗಿ ಬಂದೆ. ಆದರೆ ಹೇಮಾ ಆಗಲು ಏಳಿರಲಿಲ್ಲ. ಇನ್ನು ಲೇಟ್ ಆದರೆ ಮನೆಯಲ್ಲಿ ಬಗ್ಗೆ ಏನೂ ಅಂದು ಕೊಳ್ಳಬಹುದು ಎನ್ನುತ್ತಾ ಅವಳ ಎಚ್ಚರಿಸುವ ಪ್ರಯತ್ನ ಮಾಡಿದೆ ಆದರೆ ಅವಳು ಎಷ್ಟೇ ಎಬ್ಬಿಸಿದರು ಏಳಲೆ ಇಲ್ಲಾ. ಒಂದು ಲೋಟ ನೀರು ತಂದು ಅವಳ ಮುಖಕ್ಕೆ ಹಾಕಿದೆ.
ಒಮ್ಮೆಲೇ ಎದ್ದು "ಯಾರೂ ನೀನು ನನ್ನ ರೂಮಲ್ಲಿ ಏನ್ ಮಾಡ್ತಾ ಇದ್ದೀಯ" ಎಂದು ಕಿರಿಚಿದಳು.
ತಕ್ಷಣವೆ ಅವಳ ಬಾಯಿ ಮುಚ್ಚಿ, "ನಾನು ನಿನ್ನ ಗಂಡ ಕಣೆ, ನಿನ್ನೆ ಏನಾಗಿದೆ ಎನ್ನುದನ್ನ ನೆನಪಿಸಿಕೊ" ಎಂದ ತಕ್ಷಣ ಸುಮ್ಮನಾದಳು ಹೇಮಾ.
"ಸರಿ ನೀನು ಈಗ ಫ್ರೆಶ್ ಅಪ್ ಆಗಿ ಬಾ. ದೇವರ ಪೂಜೆ ಮಾಡಬೇಕು, ಹಾಗು ದೇವಸ್ಥಾನಕ್ಕೆ ಹೋಗಿ ಬರಲಿಕ್ಕೆ ಉಂಟು "ಅಂತಾ ಹೇಳಿ ಅವಳು ಫ್ರೆಶ್ ಅಪ್ ಆಗಿ ಬರುವ ತನಕ ಕಾದೆ ಒಂದು ಎಷ್ಟು ಹೊತ್ತು ಬಾತ್ರೂಮ್ಗೆ ಹೋದವಳ ಪತ್ತೆ ಇರಲಿಲ್ಲ. ಮೆಲ್ಲನೆ ಕೂದಲು ಕೆದರುತ್ತಾ ಬಂದಳು.
ಇನ್ನು ತಲೆ ಬಾಚಿ ಎಲ್ಲಾ ಆಗಿ ನಾವು ದೇವರ ಕೋಣೆಗೆ ಬಂದು ದೇವರ ಪೂಜೆ ಮಾಡಿ ಬಳಿಕ ದೇವಸ್ಥಾನಕ್ಕೆ ಹೋಗಿ ಬಂದೆವು.

ನಾವೆಲ್ಲಾ ಒಟ್ಟಿಗೆ ಕುಳಿತು ಊಟ ಮಾಡುತ್ತ ಇದ್ದೆವು. ನಾನು ಅಪ್ಪನ ಬಳಿ "

ಅಪ್ಪ ನಾವು ನಾಳೆ ಬೆಂಗಳೂರಿಗೆ ಹೋಗಬೇಕು,
ನನಗೆ ಆಫೀಸ್ನಿಂದ ಕಾಲ್ ಬಂದಿತ್ತು ,
ನಾನು ನಾಳೆ ಹೋಗಲೇ ಬೇಕು ಕೆಲವು ದಿನದಿಂದ ಬಾಕಿ ಉ
ಳಿದ ಕೆಲಸ ಮುಗಿಸಬೇಕು ಅದಲ್ಲದೆ ನಾಳದ್ದು ಬೇರೆ ಹೆಡ್
ಆಫೀಸ್ ನಿಂದ ಆಫೀಸರ್ ಬರ್ತಾರೆ.
ಅವರು ಹೇಗೆ ಅಂತಾ ನಿಮಗೆ ಗೊತ್ತು ತಾನೆ ಅಪ್ಪ.
"ಎಂದೆ ನಾನು ಅದಕ್ಕೆ ಅಮ್ಮ "ಅಲ್ಲೋ ಮದುವೆ ಆಗಿ ಎರ
ಡು ದಿನಕ್ಕೆ ಹೊರಡೋದ,
ಬೇಡ ಒಂದು ವಾರ ಆದ್ಮೇಲೆ ಬೇಕಾದರೆ ಹೋಗು "
ಎಂದರು ಅಮ್ಮ.
"ಇರ್ಲಿ ಬಿಡು ಕಣೆ, ಅವರು ಹೋಗಲಿ, ಅವರಿಗೂ ಸ್ವಲ್ಪ
ಪ್ರೈವಸಿ ಸಿಗುತ್ತೆ," ಎಂದು ಅಮ್ಮನನ್ನು ಅಪ್ಪ ಸಮಾಧಾನ
ಮಾಡಿದರು.
"ನಿಂಗೆ ಯಾವುದೆಲ್ಲಾ ಬಟ್ಟೆ ಬೇಕು ಅದೆಲ್ಲಾ ತೆಗೆದುಕೊಳ್ಳು,
ಏನೆಲ್ಲಾ ಬೇಕು ಅದೆಲ್ಲಾ
ಇವತ್ತೇ ಪ್ಯಾಕ್ ಮಾಡ್ಕೋ "ಅಂತಾ ಹೇಳಿದ್ದೆ ತಡ ಮೊದಲೆ
ಸಿಟ್ಟಲ್ಲಿದ್ದ ಹೇಮಾ ಅರ್ಧಕ್ಕೆ ಊಟ ಬಿಟ್ಟು,
ಎದ್ದು ರೂಮಿಗೆ ಹೋದಳು.
"ನೋಡೇ ಅವಳಿಗೆ ಎಷ್ಟೊಂದು ಖುಷಿ,
ಊಟಕೂಡಾ ಬೇಡ ಅವಳಿಗೆ ಈಗ "
ಎಂದು ರೇಗಿಸುತ್ತ ಇದ್ದರು ಅಪ್ಪ.

ನಾನು ಹೇಮಳಾ ಹಿಂದೆಯೇ ರೂಮಿಗೆ ಹೋದೆ. " sorry ಕಣೆ ,
ಆದ್ರೆ ನಾವು ಇಲ್ಲಿದಷ್ಟು ನಮ್ಮ ತಂದೆ ತಾಯಿಗೆನೇ ತೊಂದರೆ,
ಅವರಿಗೆ ಏನಾದ್ರು ವಿಷಯ ಗೊತ್ತಾದ್ರೆ ಅಂತಾ ಅದಕ್ಕೆ
ನಾವು ಈಗ ಬೆಂಗಳೂರಿಗೆ
ಹೋಗಬೇಕು "ಅಂತೆಲ್ಲಾ ಹೇಳಿ ಸಮಾಧಾನ

ಪಡಿಸಿದೆ ಅವಳನ್ನ .

ಮಾರನೇ ದಿನ ನಾವು ಅಪ್ಪ ಅಮ್ಮ ನಾ ಆಶೀರ್ವಾದ ಪಡೆದು, ದೇವರಿಗೆ ಕೈ ಮುಗಿದು ಬೆಂಗಳೂರಿಗೆ ಹೊರಟೆವು.
ಉಡುಪಿಯಿಂದ ಶುರುವಾಗಿತ್ತು ನನ್ನವಳೊಂದಿಗೆ ನನ್ನ ಹೊಸ ಪ್ರೇಮದ ಪಯಣ.

ತುಂಬಾ ಲಾಂಗ್ ಜರ್ನಿ ಅದರಿಂದ ಪಾಪ ಆಕೆಗೆ ನಿದ್ರೆ ಬಂದಿತ್ತು.
ಗೂಬೆ ಮಲಗುತ್ತಾ ನನ್ನ ಹೆಗಲ ಮೇಲೆ ತಲೆಯಿಟ್ಟು ಮಲಗಿದ್ದಳು. ನನ್ನ ಮನಸಿನೊಳಗೆ ಏನೂ ಖುಷಿ. ಆದರೆ
ಅದನ್ನು ತೋರಿಸಿಕೊಳ್ಳುವಂತಿಲ್ಲಾ. ಅಂತೂ ಇಂತೂ ನಮ್ಮ ಪ್ರಯಾಣ ಬೆಂಗಳೂರಿಗೆ ಬಂದು ತಲುಪಿತು, ಕುಂಭಕರಿಣಿ
ಇನ್ನು ಎದ್ದೇ ಇಲ್ಲಾ. ನಾನು ಹಾಗು ಹೀಗೂ ಎಬ್ಬಿಸಿದೆ,
ಎಲ್ಲಾ ಲಗೇಜ್ ನಾನೇ ತರುವೆ ನೀನು ಹೋಗಿ ಬೀಗ ತೆಗೆ
ನೋಡು ಆ ಫಸ್ಟ್ ಫ್ಲೋರ್
ನಲ್ಲಿ ನಿನಗೆ ಅಲ್ಲೊಂದು ರೂಮ್ ಕಾಣಿಸ್ತಾ
ಇದೆಯಲ್ಲ ಅದುವೇ ನಮ್ಮ ರೂಮ್ “ ಅಂದೆ.

“ಇಲ್ಲಾ ಇಲ್ಲಾ ಅದೆಲ್ಲಾ ಆಗುದಿಲ್ಲ .”ಎಂದಳು ಹೇಮಾ.
“ಹೌದ ಆಗಲ್ವ,
ಸರಿ ನಾನು ಹೋಗಿ ರೂಮ್ ಬಾಗಿಲು ತೆಗೆಯುತ್ತೇನೇ “ಎಂದು ಹೇಳಿ ರೂಮಿನತ್ತ ನಡೆದೆ. ಪಾಪಚ್ಚಿ ನನ್ನ ಮತ್ತು ಅವಳ ಲಗೇಜ್ ಎತ್ತಿ ಕೊಂಡು ಕಷ್ಟ ಪಟ್ಟು ಹೆಜ್ಜೆ ಇಡುತ್ತಾ ಬರುತಿದ್ದಳು. ನಾನು ಮೆಲ್ಲನೆ ಹೋಗುತ್ತಿದೆ.
ಒಮ್ಮೆಲೆ ಕಾಲು ಎಡವಿ ಬಿದ್ದಳು ಹೇಮಾ.ಓಡಿ ಬಂದೆ “

ನನ್ನವಳು

ಏನಾಯ್ತು ಹೇಮಾ. ನಿನಗೆ ಹೇಳಿದ್ದೆ ,
ನೀನು ಕೇಳಲೇ ಇಲ್ಲಾ ಈಗ ನೋಡಿದ್ಯಾ ಏನಾಯಿತು ಅಂ
ತಾ . ಅವಳ
ಕಾಲು ಉಜ್ಜಿ ಅವಳನ್ನ ಎತ್ತಿಕೊಂಡು ರೂಮಿನ ಬಳಿ ಬಂದೆ.
ರೂಮ್ನಾ ಬೀಗ ತೆಗೆದು ಅವಳನ್ನ ಸೋಫಾದಲ್ಲಿ ಮಲಗಿಸಿ.
ನಾನು ಲಗೇಜ್ ಎಲ್ಲಾ ತಂದು ಒಳಗೆ ಇಡುತ್ತಾ ಇದ್ದಾರೆ
ಪಾಪಚ್ಚಿ ನನ್ನೆ ನೋಡುತ್ತಾ ಇದ್ದಳು. "
ಅದೇನೇ ನನ್ನ ತಿನ್ನುವ
ಹಾಗೆ ನೋಡ್ತಾ ಇದ್ದೀಯ ಏನಾಯ್ತೆ? " ಎಂದೆ ನಾನು.

"ಅದು ಏನಿಲ್ಲ , ನೀವು ಯಾಕೆ ನನ್ನ ಎತ್ತಿ
ಕೊಂಡು ಬಂದದ್ದು ," ಎಂದು ನನ್ನ ಪ್ರಶ್ನಿಸಿದಳು ಹೇಮಾ.
" ಇನೇನು ಅಲ್ಲಿಯೇ ಬಿಟ್ಟು ಬರಬೇಕಿತ್ತಾ .
ನಿಂಗೆ ಕಾಲು ಎಡವಿ ಬಿದ್ದದ್ದು ಕಾಲಲ್ಲಿ ಗಾಯ ಆದದ್ದು
ಗೊತ್ತಿಲ್ವ . ನಿನ್ನಿಂದ ನಡಿಯೋಕೆ ಬೇರೆ ಆಗಲ್ಲ ,
ಅಷ್ಟೊಂದು ಮೆಟ್ಟಲೇರಿ ನೀನು ಬರ್ತಿಯಾ . ಸರಿ ನೀನು ಈ
ಗ ಮೊದಲು
ಫ್ರೆಶ್ ಆಗು ಅಷ್ಟರಲ್ಲಿ ನಾನು ಅಡುಗೆ ಮಾಡುವೆ ನಂತರ
ವಟ
ಮಾಡಿ ನೀನು ರೆಸ್ಟ್ ಮಾಡು ಹೇ ಇನ್ನೊಂದು ವಿಷಯ ಕಣೆ
ಫ್ರೆಶ್ ಅಪ್ ಆದ್ಮೇಲೆ ಗಾಯಕ್ಕೆ ಫಸ್ಟ್ ಏಡ್ ಮಾಡು
.ಏನಾದರೂ ಬೇಕಾದರೂ ನನ್ನ ಕೇಳು." ಎಂದೆ.

ನಾನು ಅಡುಗೆ ಮುಗಿಸುವಷ್ಟರಲ್ಲಿ ಹೇಮಾ ಫ್ರೆಶ್ ಅಪ್ ಆಗಿ
ಗಾಯಕ್ಕೆ ಫಸ್ಟ್ ಏಡ್ ಬೆಡ್ ಮೇಲೆ ಮಲಗಿದ್ದಳು. ನಾನು ಊಟ
ತಂದು ಅವಳನ್ನ ಎಬ್ಬಿಸಿ ಊಟ ಮಾಡಿಸಿ,
ಅವಳನ್ನ ಮಲಗಿಸಿ, ನಾನು ಸೋನು ವಿಗೆ ಕರೆ

ಮಾಡಿ ಅವಳನ್ನ ಕಾಫಿ ಕೆಫೆಗೆ ಬರಲು ಹೇಳಿ, ನಾನು ಮನೆ ಯಿಂದ ಹೊರಟೆ.

ಕಾಫಿ
ಕೆಫೆಯಲ್ಲಿ ನಾನು ಮತ್ತು ಸೋನು ಒಂದು ಟೇಬಲ್ ನಲ್ಲಿ ಕುಳಿತು ಕಾಫಿ ಕುಡಿಯುತ್ತಾ ಅವಳಲ್ಲಿ ಕೇಳಿದೆ "ನೀವು ನಿನ್ನೆ ಹೇಳಿದ್ದು ನಿಜವಾ, ಅಲ್ಲಾ ನನಗೆ ಅವಳು ಫ್ಯಾಷನ್ ಡಿಸೈನರ್ ಅಂತಾ ಗೊತ್ತೇ ಇರಲಿಲ್ಲಾ. ಮುಂದಿನ ವಾರ ಕಾಂಪಿಟೇಷನ್ ನಾನು ಅವಳನ್ನ ಕರೆದು ಕೊಂಡು ಬರುತ್ತೇನೇ ಅವಳಿಗೆ ಈ ಪ್ರೈಜ್ ಬಂದಿರುವ ವಿಷಯ ತಿಳಿಸಬೇಡಿ ಹಾಗು ನಾನು ಅವ ಳಿಗೊಂದು ಫ್ಯಾಷನ್ ಡಿಸೈನ್ ಸಂಸ್ಥೆ ಮಾಡಿಕೊಡುವೆ ನೋ ಡಿ ನನಗೆ ಅದರ ಬಗ್ಗೆ ಮಾಹಿತಿ ಇಲ್ಲಾ ಅದಕ್ಕೆ ನಿಮ್ಮ ಸಹಾಯದ ಅಗತ್ಯವಿದೆ " ಎಂದು ಹೇಳಿದೆ ಅದಕ್ಕೆ ಸೋನು ಒಪ್ಪಿಗೆ ಕೊಟ್ಟರು.
"ಹೌದು ನೀವು ನಿನ್ನೆ ಮದನ್ ಅಂತಾ ಹೇಳಿದ್ರುಲ್ಲ ಅದು ಯಾರೂ? "
ಸೋನುವಿನಲ್ಲಿ ಕೇಳಿದೆ.
"ಅದೊಂದು ದೊಡ್ಡ ಕಥೆ. ಹೇಮಾ ಮತ್ತು ಮದನ್ ಫ್ಯಾಷನ್ ಡಿಸೈನ್ ಕಲಿಯು ವಾಗಿನಿಂದ ಪರಿಚಯ. ಇವರು ತುಂಬಾ ಪ್ರೀತಿಸುತ್ತಿದ್ದರು. ಅವನ ಬಗ್ಗೆ ಹಿಂದೆ ಮುಂದೆ, ನೋಡದೆ - ಕೇಳದೆ ಪ್ರೀತಿ ಮಾಡುತ್ತಿದ್ದಳು . ಎರಡು ತಿಂಗಳು ಪ್ರೀತಿ ಏನೊ ಚೆನ್ನಾಗಿತ್ತು,ಅಂದು ಅವಳ

ಹುಟ್ಟುಹಬ್ಬ ನಾವೆಲ್ಲಾ ಸಣ್ಣದಾಗಿ ಒಂದು ಹೋಟೆಲ್ ನಲ್ಲಿ ಪಾರ್ಟಿ ಅರೆಂಜ್ ಮಾಡಿದ್ದೆವು. ಅವಳು ವಾಶ್ ರೂಮ್ ಗೆ ಹೋಗುತಿರುವಾಗ ಮದನ್ ಒಬ್ಬಳು ಹುಡುಗಿಯೊಟ್ಟಿಗೆ ಭುಜಕ್ಕೆ ಕೈ ಹಾಕಿ ಹೋಗುದನ್ನ ಇವಳು ಕಂಡಳು. ಅವನನ್ನು ಕಂಡು ಇವಳು ಅವನ ಹಿಂದೆಯೆ ಹೋಗಿ ನಿಲ್ಲಿಸಿ
,   ಹೇ ಮದನ್ ಇದೆಲ್ಲಾ ಏನು..?
? ಯಾರಿವಳು...? ಅಂತೆಲ್ಲಾ ಅವನಲ್ಲಿ ಪ್ರುಶಿಸಿದಾಗ ನೀನು ಯಾರೂ,
ನನ್ನಿಂದ ಏನಾಗಬೇಕು ಎಂದು ಪರಿಚಯವಿಲ್ಲದಂತೆ ನಟಿಸಿದ.ಪಾಪ ಮೃದುಮನಸ್ಸಿನ ಹುಡುಗಿ ಅಳುವು ತಡೆಯಲಾಗದೆ ವಾಶ್ ರೂಮ್ ಹೋಗಿ ಅಳುತ್ತಲ್ಲಿದ್ದಳು. ನಾನು ಅವಳನ್ನ ಹಿಂಬಾಲಿಸಿದೆ ನಂತರ ಅವಳಿಗೆ ಸಮಾಧಾನ ಪಡಿಸಿ ನನ್ನ ಮನೆಗೆ ಕರೆದುಕೊಂಡು ಬಂದೆ . ನಂತರ ಆ ಕಾಲೇಜು ಬಿಟ್ಟು ನಾವು ಬೇರೆ
ಕಾಲೇಜು ಸೇರಿ ನಮ್ಮ ಫ್ಯಾಷನ್ ಡಿಸೈನ್ ಕೋರ್ಸ್ ಮುಗಿಸಿ ನಾವು job ಗೆ ಸೇರಲು ನಾವು
ಒಂದು ಡಿಸೈನ್ ರೆಡಿ ಮಾಡಿದ್ದೆವು
ಆದರೆ ಹೇಮಾಳಿಗೆ ತನ್ನದೇ ಅದ ಸಂಸ್ಥೆ ಕಟ್ಟುವ ಬಯಕೆ.
ಆವಾಗ ನಮಗೊಂದು ಈ ಅವಕಾಶ ಸಿಕ್ಕಿದ್ದು,
ಹೀಗೆ ಸೋಶಿಯಲ್
ಮೀಡಿಯಾದಲ್ಲಿ ಅಡ್ವಟೈಸಿಮೆಂಟ್ ನೋಡಿದಳು ಹೇಮಾ. ಈ ಕಾಂಪಿಟೇಷನ್ಗೆ ನಾವು ಯಾಕೆ ನಮ್ಮ ಡಿಸೈನ್ ಕಳುಹಿಸಬಾರದು ಎಂದು ಹೇಳಿ ಒತ್ತಾಯ ಮಾಡಿಸಿ ನಾವು ನಮ್ಮ ಡಿಸೈನ್ ಕಳುಹಿಸಿದೆವು.
ಆದರೆ ಕಳುಹಿಸಿದ ಎರಡು ದಿನದ ನಂತರ ಅವಳ ತಂದೆಗೆ ಹುಶಾರ್ ಇಲ್ಲಾ ಅಂತಾ ಊರಿಗೆ ಹೋಗಿದ್ದಳು.
ಅನಂತರ ಅವಳು ಬೆಂಗಳೂರಿಗೆ ಬಂದದ್ದು ಇವತ್ತೆ.

ಅದಕ್ಕಾಗಿಯೆ ಅವಳು ತುಂಬಾ ಬೇಸರದಲ್ಲಿದ್ದಾಳೆ.
ಒಂದು ಕಡೆ ಪ್ರೀತಿಸಿದ ಹುಡುಗನಿಂದ ಮೋಸ ಇನ್ನೊಂದು ಕಡೆ ತಂದೆಗೆ ಹುಷಾರು ಇಲ್ಲಾ,
ಮತ್ತೊಂದು ಕಡೆ ತನ್ನ ಆಸೆ ಈಡೇರಲಿಲ್ಲಾ ಅನ್ನೋ ಬೇಜಾರು. " ಎಂದು ಸೋನು ಹೇಮಾಳಾ ಕಥೆ ತಿಳಿಸಿದಳು.
"ಹಾಹಾ ಮತ್ತೊಂದು ವಿಷಯ ನಮ್ಮ ಈ ಕಾಂಪಿಟೇಷನ್ ಇರೋದು ಅವಳ ಹುಟ್ಟುಹಬ್ಬದಂದು "ಎಂದಳು ಸೋನು.

"ಇಷ್ಟೆಲ್ಲಾ ಕಥೆ ನಡೆದಿತ್ತೆ,
ಶೇ ನಾನು ಅವಳನ್ನು ಅವಳನ್ನ ಒಂದು ಮಾತು ಕೇಳದೆ ಮದುವೆ ಅದೆ. ನಾನು ದೊಡ್ಡ ತಪ್ಪು ಮಾಡಿದೆ ಅನ್ನಿಸುತ್ತೆ.
ಸರಿ ಆದದ್ದು ಆಯಿತು ಇನ್ನಾದರೂ ಅವಳು ಖುಷಿಯಾಗಿರಬೇಕು, ಅವಳ ಕನಸನ್ನು ನಾನು ನಿಜ ಮಾಡುವೆ "ಎಂದೆ ನಾನು .
"ಆಗುದೆಲ್ಲ ಒಳ್ಳೆಯದಕ್ಕೆ. ನಿಮ್ದು ಏನು ತಪ್ಪಿಲ್ಲ ,
ನಿಮ್ಮಂತ ಒಳ್ಳೆ ಗಂಡ ಸಿಕ್ಕಿದು ಅವಳ ಪುಣ್ಯ. "
ಸೋನು ಹೀಗೆ ಹೇಳುತಿರುವಾಗ ಅವಳಿಗೆ ಒಂದು ಕರೆ ಬಂತು .

"ಬಂಗಾರು ನೀನು ನನಗೆ ನಿನ್ನೆ ಕಾಲ್ ಮಾಡಿದ್ಯಾ ,
ಯಾರೂ ನಿನ್ನೊಂದಿಗೆ ನಿನ್ನೆ ಮಾತಾಡಿದ್ದು,
ಏನು ವಿಷಯಕ್ಕೆ ಕಾಲ್ ಮಾಡಿದ್ದು.
"ಎಂದು ಹೇಮಾ ಸಾವಿರ ಪ್ರಶ್ನೆಗಳ ಸುರಿಮಳೆ ಒಮ್ಮೆಲೇ ಸೋನುವಿಗೆ ಸುರಿಸಿದಳು. "ಅರೆ ಅರೆ ಸ್ವಲ್ಪ ನಿಲ್ಲೆ ,
ಇಷ್ಟೊಂದು ಪ್ರಶ್ನೆ ಕೇಳಿದರೆ ನಾನು ಯಾವುದಕ್ಕೆ ಅಂತ ಉ

ತ್ತರಿಸಲಿ.ಸ್ವಲ್ಪ ತಾಳ್ಮೆ ಇರಲಿ ಎಲ್ಲದಕ್ಕೂ ಉತ್ತರಿಸುವೆ ಒಂ
ದೊಂದಾಗಿಯೆ ಹೇಳುವೆ. ನಿನ್ನೆ ಕಾಲ್ ರಿಸೀವ್ ಮಾಡಿದ್ದೂ
ನಿನ್ನ ಗಂಡ ರತ್ನೇಶ್. ನೀನು ಇಷ್ಟ ದಿನ ಆದರೂ
ಬೆಂಗಳೂರಿಗೆ ಬರಲಿಲ್ಲ ಅಲ್ಲಾ
ಅದಕ್ಕೆ ಕಾಲ್ ಮಾಡಿದ್ದೆ ಅಷ್ಟೇ ಕಣೆ." ಎಂದು
ತೊದಲು ಮಾತಿನಲ್ಲಿ ಸುಳ್ಳು ಹೇಳಿದಳು ಸೋನು.
"ಹೇ ನೀನು ಅವರಲ್ಲಿ ಹಳೆಯ ವಿಷಯ ಹೇಳಿಲ್ಲಾ ತಾನೆ,
ಅಂದ ಹಾಗೆ ನಾನು ಈ ಇದ್ದೇನೆ ಇವರ ರೂಮಿನಲ್ಲಿ.
ಪಾಪ ಕಣೆ ನನ್ನಿಂದ ಯಾಕೋ ಇವರ ಬದುಕು ಹಾಳುಗುತ್ತಾ
ಇದೆ ನಾನು ಇವರಿಗೆ ಡೈವೋರ್ಸ್ ಕೊಡಬೇಕು ಅಂತಾ ಇದ್ದೇ
ನೆ ಒಂದು ಒಳ್ಳೆ ಲಾಯರ್
ಇದ್ರೆ ಹೇಳೇ. "ಎಂದು ಕೇಳಿದಳು ಹೇಮಾ.
ಅದಕ್ಕೆ ಸೋನು ತೊದಲು ನುಡಿಯುತ್ತಾ "ಅದು
ಅದು ನೀನು . ಮೊದಲು ಅವರಲ್ಲಿ ಕೇಳಿ
ನೋಡು ಮತ್ತೆ ಲಾಯರ್ ಬಗ್ಗೆ ಯೋಚನೆ ಮಾಡು. ಸರಿ
ನನಗೆ ಈಗ ಒಂದು ಅರ್ಜೆಂಟ್ ಕೆಲಸ ಇದೆ ಆಮೇಲೆ ಕಾಲ್
ಮಾಡ್ತೇನೆ ಕಣೆ" ಎಂದು ಹೇಳಿ ಕರೆ ಇಟ್ಟಳು ಸೋನು.

ಫೋನಲ್ಲಿ ಹೇಳಿದ ಎಲ್ಲಾ ಮಾತನ್ನು ನನಗೆ ತಿಳಿಸಿದಳು
ಸೋನು.ನಂತರ ನಾವು ಮನೆಗೆ ಹೊರಟೆವು.

ನಾನು
ಮನೆಗೆ ಬಂದು ಫ್ರೆಶ್ ಆಗಿ ಅಡುಗೆ ಮಾಡೋಣ ಅಂತಾ ಅ
ಡುಗೆ ಮನೆಗೆ ಹೋದಾಗ ಅಲ್ಲಿ ಘಮ ಘಮ ಸುವಾಸನೆ,
ನನಗಾಗಿ ಬೊಂಬಾಟ್ ಭೋಜನವೆ ರೆಡಿ ಮಾಡಿದ್ದಳು ಹೇ
ಮಾ.

“ಅಲ್ವೇ ನೀನೇಕೆ ಇಷ್ಟು ತೊಂದರೆ ತೆಗೆದುಕೊಂಡೆ. ನಾನು ಅಡುಗೆ ಮಾಡುತಿದ್ದೆ”ಎಂದ ತಕ್ಷಣ “ ಹೌದು ಸ್ವಾಮಿ ನೀವು ನಳಪಾಕ ಮಹಾರಾಜರು ಅಲ್ಲವೇ. ? ನನಗು ಅಡುಗೆ ಬರುತ್ತೆ. ನೀವೇ ಯಾಕೆ ಮಾಡಬೇಕು ಸ್ವಲ್ಪ ನನ್ನ ಕೈ ರುಚಿ ಕೂಡಾ ತಿನ್ನಿ”ಎನ್ನುತ್ತಾ ಊಟ ಬಡಿಸಿದಳು.
“ರತ್ತು ನಾನು ನಿಮ್ಮಲ್ಲಿ ಒಂದು ಮಾತು ಕೇಳಬಹುದೇ..?
“ಎಂದು ಪಿಸುಧ್ವನಿಯಲ್ಲಿ ಕೇಳಿದಳು.ನನಗೆ ವಿಷಯ ತಿಳಿದಿತ್ತು ಆದರೂ ಅವಳಿಂದಲೆ ತಿಳಿಯಬೇಕೆಂದು
”ಸರಿ ಅದೇನು ಅಂತಾ ಹೇಳೇ “ಎಂದೆ. ಅದಕ್ಕೆ ಅವಳು “
ನನ್ನಿಂದ ನಿಮಗೆ ಸುಮ್ಮನೆ ತೊಂದರೆ,c
ನೀವು ಚೆನ್ನಾಗಿರಬೇಕು ಅದಕ್ಕೆ ನಾವು ಡೈವೋರ್ಸ್ ಮಾಡುವ “ ಎಂದು ಕೇಳಿಯೇ ಬಿಟ್ಟಳು. “ ನಿನ್ನ ಇಷ್ಟದಂತೆ ಆಗಲಿ ಆದರೆ ಒಂದು ಮಾತು ಅದೆಲ್ಲ ಬೇಡ ಅಂತಾ ನನಗೆ ಅನಿಸುತ್ತೆ. ನಾವು ಒಳ್ಳೆಯ ಫ್ರೆಂಡ್ಸ್ ಅಂದ್ಮೇಲೆ ನನಗೆ ಯಾವ
ತೊಂದರೆಯು
ಇಲ್ಲಾ ಕಣೆ.ಆದರೆ ಇವಾಗ ಡೈವೋರ್ಸ್ ಮಾಡುವುದು ಉತ್ತಮವಲ್ಲ ಸ್ವಲ್ಪ ಸಮಯದ ಬಳಿಕ ನೋಡುವ . “ಎಂದೆ. ಅದಕ್ಕೆ ಅವಳು ತಲೆ ಅಲ್ಲಾಡಿಸಿ ಸುಮ್ಮನಾದಳು.

ಕೆಲವು ದಿನಗಳ ನಂತರ

ಅವಳ ಹುಟ್ಟಿದ ಹಬ್ಬದ ಮುಂದಿನ
ನಾನು ಸೋನುವಿಗೆ ಕರೆ ಮಾಡಿ ನಾಳೆ ಕಾಂಪಿಟೇಷನ್ ಎಲ್ಲಿ ಹಾಗು ನೈಟ್ ಸಣ್ಣದಾಗಿ ಪಾರ್ಟಿ ಅರೆಂಜ್ ಮಾಡುವ ಬಗ್ಗೆ ಮಾತನಾಡಿ ನಾಳಿನ ರಾತ್ರಿಯ ಪಾರ್ಟಿಯ ತಯಾರಿಯನ್ನು ಅಶೋಕ ಹೋಟೆಲ್ ನಲ್ಲಿ ನಾನು ,ಸೋನು,

ನನ್ನವಳು

ರವಿ, ರಾಜು, ನಯನ, ಚೈತ್ರ ಹಾಗು ರಿತೇಶ್
ಸೇರಿಕೊಂಡು ಮಾಡಿದೆವು.ಪಾರ್ಟಿಯ

ಎಲ್ಲಾ ತಯಾರಿ ಮುಗಿಸಿ ನಾಳಿನ ಕಾಂಪಿಟೇಷನ್
ಗೆ ಬೇಕಾದ ತಯಾರಿಮಾಡಿ
ನಂತರ ಎಲ್ಲರೂ ಮನೆಗೆ ಹೋದೆವು .

ನಾನು ಮನೆಗೆ ಹೋಗುವಷ್ಟರಲ್ಲಿ ಅಡುಗೆ ರೆಡಿ ಇತ್ತು .
ನಾನು ಫ್ರೆಶ್ ಅಪ್ ಆಗಿ ಬಂದೆ. ನಾನೇ ಊಟ ಬಡಿಸಿಕೊಂಡೆ.
"ಹೇಮಾ ನಿಂದು ಊಟ ಆಯ್ತಾ..? " ಎಂದೆ . ಅವಳು
ನೋಡುತ್ತಾ "ನೀವು ಮೊದಲು ಮಾಡಿ .
ನಾನು ಲೇಟ್ ಆಗಿ ಮಾಡುವೆ"ಎಂದಳು. "ಬಾ ಒಟ್ಟಿಗೆ ಊಟ
ಮಾಡುವ ನಾಳೆ ಸ್ವಲ್ಪ ಬೇಗಾ ಏಳ್ಬೇಕು .
ನಮಗೆ ಹೊರಗಡೆ ಹೋಗಲು ಇದೆ.
ದಯವಿಟ್ಟು ಇಲ್ಲಾ ಅನ್ನ್ಬೇಡ.
"ನಾನು ಹೀಗೆಂದಾಗ ಅವಳು " ಆಯಿತು , ಸರಿ "
ಏನೂ ಇಷ್ಟ ಇಲ್ಲದ್ದಿದರು ಬಲವಂತಕ್ಕೆ ಒಪ್ಪಿದಂತೆ ಹೇಳಿದ
ಳು. ಊಟ ಮುಗಿಸಿ ಸ್ವಲ್ಪ ಬೇಗನೆ ಮಲಗಿಕೊಂಡೆವು.

ರಾತ್ರಿ 12 ಗಂಟೆ ಹೇಮಾಳಾ ಫೋನ್ ರಿಂಗ್ ಆಗ್ತಾ ಇದೆ.
"ಹೇಮಾ ನಿನ್ನ ಫೋನ್ ರಿಂಗ್ ಆಗ್ತಾ ಇದೆ ನೋಡೇ ಅದು
ಯಾರೆಂದು"ಕುಂಭಕರಣಿಗೆ ನಾನು ಹೇಳಿದ್ದು ಕೇಳಿಸಲೆ.
ನಾನು ಫೋನ್ ಡಿಸ್ಪ್ಲೇ ಯಲ್ಲಿ ಸೋನು
ವಿನ ನಂಬರ್ ನೋಡಿದಾಗ ತಿಳಿಯಿತು ಇವಳು ಬರ್ತ್ಡೇ ವಿ
ಶ್ ಮಾಡಲು ಕರೆ ಮಾಡಿದ್ದಾಳೆ ಅಂತಾ. ಅದೇನೇ

ನನ್ನವಳು

ಆಗ್ಲಿ ಇವತ್ತು ಹೇಮಾಳನ್ನ ಎಬ್ಬಿಸುವೆ ಅಂತಾ ಹೇಳಿ ಕಷ್ಟ ಹೇಮಾಳಾ ಎಬ್ಬಿಸಿ ಹುಟ್ಟುಹಬ್ಬದ ಶುಭಾಶಯ ತಿಳಿಸಿ ಫೋನ್ ಸ್ವೀಕರಿಸಲು ಹೇಳಿ ನಾನು ಮಲಗಿದೆ.

ಅವಳು ಫೋನ್ ನಲ್ಲಿ ಮಾತಾಡಿ ಅದ ಮೇಲೆ ನನ್ನ ಬಳಿ ಕೇಳಿದಳು.
"ನಿಮಗೆ ಹೇಗೆ ಗೊತ್ತು ನನ್ನ ಬರ್ತ್ಡೇ ಅಂತಾ, ಯಾರೂ ಹೇಳಿದ್ದು" ಎಂದೆಲ್ಲಾ ಸಾವಿರ ಪ್ರಶ್ನೆ ಕೇಳಿದಳು.
"ನಿನಗೆ ಮೆಸೇಜ್ ಬಂದಿತ್ತು ಅದು ನೋಡಿದಾಗ ತಿಳಿಯಿತು. ಬೇಗಾ ಮಲಗು ನಾಳೆ ಬೇಗಾ ಏಳಬೇಕು ತಾನೆ" ಎಂದೆ.
ಪಾಪಚ್ಚಿ ಮಲಗಿದಳು.

ಸಮಯ ಬೆಳಿಗ್ಗೆ 5.00ನಾನು ಎದ್ದು ಫ್ರೆಶ್ ಅಪ್ ಆಗಿ ಬಂದೆ. ಪಾಪಚ್ಚಿ ಇನ್ನು ಕೂಡಾ ಎದ್ದೆ ಇಲ್ಲಾ ನಾನು ಅವಳನ್ನ ಕಷ್ಟ ಪಟ್ಟು ಎಬ್ಬಿಸಿದೆ ನಂತರ ನಾನು ಅಡುಗೆ ಮನೆಗೆ ಹೋಗಿ ಚಾ -ತಿಂಡಿ ಮಾಡಿದೆ.
ಅವಳು ಫ್ರೆಶ್ ಆಗಿ ಬಂದಳು.
ನಂತರ ಮೊದಲು ದೇವರಿಗೆ ನಾವು ಕೈ ಮುಗಿದು ಚಾ - ತಿಂಡಿ ತಿಂದು ನನ್ನ ಕಾರಿನಲ್ಲಿ ಹೊರಟೆವು. ಮೊದಲು ನಾನು ಸೋನುವಿನ ಮನೆಗೆ ಹೋಗಿ ಅವಳನ್ನ ಕರೆದುಕೊಂಡು ಕಾಂಪಿಟೇಷನ್ ನಡೆಯುವ ಸ್ಥಳಕ್ಕೆ ಹೊರಟೆವು.
ಕಾರಿನಲ್ಲಿ ಅವರಿಬ್ಬರದ್ದು ಹರಟೆಯೋ ಎಷ್ಟೋ ದಿನಗಳ ಬಳಿಕ ಸಿಕ್ಕಿದ್ದು ಹೇಮಾಳಿಗೆ ಸೋನು. ಕಾಂಪಿಟೇಷನ್ ಸ್ಥಳಕ್ಕೆ ಬಂದು ಇಳಿದೆವು.
ನೋಡು ನನ್ನ ಮೊದಲ ಬರ್ತ್ಡೇ ಸರ್ಪ್ರೈಸ್ ಎಂದು ಹೇಳಿ

ಅವರನ್ನು ಒಳಗೆ ಕರೆದುಕೊಂಡು ಹೋದೆ. ಅವಳ ಡಿಸೈನ್ ಸೆಲೆಕ್ಟ್ ಆಗಿ ಅವಳಿಗೆ ದಿ ಬೆಸ್ಟ್ ಫ್ಯಾಷನ್ ಡಿಸೈನರ್ ಆಫ್ ದಿ ಇಂಡಿಯಾ ಅನ್ನೋ ಪ್ರಶಸ್ತಿಯು ಲಭಿಸಿತ್ತು. ಸಂಜೆ ಕಾಂ ಪಿಟೇಷನ್ ಮುಗಿಸಿ ನಂತರ ಹೋಟೆಲ್
ಗೆ ಹೋಗಿ ಅಲ್ಲಿ ಬರ್ತ್ಡೇ ಪಾರ್ಟಿ ಮುಗಿಸಿ ರಿಸಾಪ್ಸನ್ ಬಳಿ ಬಿಲ್ ಕಟ್ಟಲು ನಾನು ಹೇಮಾ
ಹಾಗು ಸೋನು ಬಂದೆವು.. ಹೇಮಾ "ನೀನಾ...
"ಎಂದು ಸಿಟ್ಟಾಗಿ ಕಿರಿಚಿದಳು. "ಏನಾಯಿತು "
ಗಾಬರಿಯಿಂದ ಕೇಳಿದಾಗ. ಸೋನು "ಇವನೇ ಮದನ್ "
ಎಂದು ಹೇಳಿದಳು. " ಓಹೋ ಹೌದ.
ನನಗೆ ಎಲ್ಲಾ ವಿಷಯ ತಿಳಿದಿದೆ.ಏಗಿದ್ದಿರ ಬ್ರದರ್,
ನೀವೇನು ಇಲ್ಲಿ "
ಎಂದು ನಾನು ಮೃದುವಾಗಿ ಪ್ರೀತಿಯಿಂದ ಕೇಳಿದೆ.
ಅದಕ್ಕೆ ಅವನು ಅದ
ಘಟನೆ ಹೇಳಿದ ಈಗ ಅವನಿಗೆ ಪುಟ್ಟ ಸಂಸಾರ ಇದೆ ಹಾಗು ಒಳ್ಳೆಯ ಮನುಷ್ಯನಾಗಿ ಜೀವನ ನಡೆಸುತ್ತಿದ್ದಾನೆ.
ನಾವು ಬಿಲ್ ಕಟ್ಟಿ ಅವನೊಂದಿಗೆ ಸ್ವಲ್ಪ ಹೊತ್ತು ಮಾತಾಡಿ ಮನೆಗೆ ಹೋದೆವು.
ಪಾಪಚ್ಚಿ ತುಂಬಾ ನಿದ್ದೆ ಬಂದಿತ್ತು ಕಾರಿನಲ್ಲೆ ನನ್ನ ಹೆಗಲ ಮೇಲೆ ತಲೆ ಹಾಕಿ ಮಲಗಿದಳು.
"ನೋಡಿ ಇವಳು ಎಷ್ಟು ಮುಗ್ದೆ ನಿಮ್ಮಂತ ಗಂಡ ಸಿಕ್ಕಿದ್ದು ಹೇಮಳಾ ಪುಣ್ಯ "ಎಂದು ಹೇಳಿ ನನ್ನ ಅಟ್ಟಕ್ಕೆ ಏರಿಸಿ ಬಿಟ್ಟ ಳು ಸೋನು.
"ಹಾಗೆಲ್ಲ ಏನಿಲ್ಲ ಒಳೆಯ ಸ್ನೇಹಿತನಾಗಿ ಇಷ್ಟೆಲ್ಲಾ ಮಾಡಿದೆ, ಅಂದಹಾಗೆ ನಾನು ಒಂದು ಸೈಟ್ ಖರೀದಿಸಿದ್ದೆನ್ನೆ ಅದರ ಭೂಮಿ ಪೂಜೆ ನಾಳೆ ಮಾಡಿ ಬೇಗಾ ಕೆಲಸ ಶುರು ಮಾಡುವ ಇನ್ನು ಒಂದು ತಿಂಗಳಲ್ಲಿ ಎಲ್ಲ ಕೆಲಸ ಮುಗಿಯಬೇಕು.

"ಎಂದೆ ಅಷ್ಟರಲ್ಲಿ ಅವಳ ಮನೆಯು ಬಂದಿತ್ತು.
ಅವಳನ್ನು ಕಳುಹಿಸಿ ನಾವು ಮನೆಗೆ ಬಂದು ಊಟ ಮಾಡಿ ಮ
ಲಗಿದೆವು.

ಮಾರನೇ ದಿನ
ನಾನು
ಎಂದಿನಂತೆ ಆಫೀಸ್ ಹೋಗುತ್ತೇನೆ ಎಂದು ಹೇಮಾಳಿಗೆ ಹೇ
ಳಿ, ಸೋನು ಮತ್ತು ಅವಳ ತಂದೆ
ತಾಯಿಯನ್ನು ಮನೆಗೆ ಕರೆದುಕೊಂಡು ಸೈಟ್ ಬಳಿ ಬಂದೆ.
ಅಲ್ಲಿ ಅರ್ಚಕರು ಬಂದು ಸೋನುವಿನ ತಂದೆ
ತಾಯಿಯ ಕೈಯಲ್ಲಿ ಭೂಮಿ ಪೂಜೆ ಮಾಡಿದೆ.
ಮರುದಿನದಿಂದ ಕೆಲಸ ಆರಂಭವಾಯಿತು. ಸೋನು ಯಾವ
ರೀತಿ ಆಫೀಸ್ ಇರಬೇಕು ಎಂದು ಇಂಜಿನಿಯರ್
ಗೆ ಹೇಳಿ ಅವಳೇ ಮುಂದೆ ಎಲ್ಲ ಕೆಲಸ ಮಾಡಿಸಿದಳು.
ನಾನು ಬೇಕಾದ
ಎಲ್ಲಾ ವ್ಯವಸ್ಥೆ ಹಾಗು ಹಣಕಾಸಿನ ವ್ಯವಸ್ಥೆ ಮಾಡಿದೆ.
ಒಂದು ತಿಂಗಳಲ್ಲಿ ಎಲ್ಲಾ ರೆಡಿ ಆಯಿತು
. ಆಫೀಸ್ ಉದ್ಘಾಟನೆ ಮಾಡಲು
ಒಂದು ಒಳ್ಳೆ ದಿನಾಂಕ ನೋಡಿ ನಿಶ್ಚಯಿಸಿದೆವು.
ಆದರೆ ಈಗ ತೊಂದರೆ ಇಲ್ಲಿಯೇ ಹೇಮಾಳನ್ನ ಹೇಗೆ ಕರೆದು
ಕೊಂಡು ಬರುವುದೆಂದು ಅದಕ್ಕೆ ಸೋನು ಒಂದು
ಉಪಾಯ ಮಾಡಿದಳು.
"ನಾನು ಒಂದು ಹೊಸ ಆಫೀಸ್ ಮಾಡಿದ್ದೇನೆ ಅದರ ಉ
ದ್ಘಾಟನೆ ನೀನೇ ಮಾಡಬೇಕು" ಎಂದು
ಹೇಮಾಳಿಗೆ ಒತ್ತಾಯಿಸಿ ಒಪ್ಪುವಂತೆ ಮಾಡಿದಳು.ಹೇಮನೂ
ಒಪ್ಪಿದಳು. ನಾನು ಸೋನುವಿನಲ್ಲಿ ಹೇಳಿದ್ದೆ ಈ ಆಫೀಸ್
ಮಾಡಿದ್ದು ನಾನೇ ಅಂತಾ ಅವಳಿಗೆ ಗೊತ್ತಾಗ ಬಾರದೆಂದು.

ನನ್ನವಳು

ಆಫೀಸ್ ಉದ್ಘಾಟನೆಯ ದಿನ
ನಾನು ಹೇಮಾಳನ್ನ ಕರೆದುಕೊಂಡು ಆಫೀಸ್ ಬಳಿ ಬಂದೆ,
ಸೋನು ನಮ್ಮ ಬಳಿ ಬಂದು
" ಬಂದಿಯಾ ಬೇಗಾ ಬಾ ಉದ್ಘಾಟನೆ ಮಾಡು ಡಿಯರ್ ನಿನ
ಗಾಗಿಯೇ ಕಾಯುತಿದ್ದೆ ." ಎಂದಳು.
ಎಲ್ಲರೂ ಉದ್ಘಾಟನೆ
ಮಾಡುವಲ್ಲಿ ಬಂದು ಸೇರಿದ್ದರು ಹೇಮಾ ಕೈಯಲ್ಲಿ ಕತ್ತರಿ ಹಿ
ಡಿದು ಇನ್ನೇನು
ರಿಬ್ಬನ್ ಕಟ್ಟ್ ಮಾಡಬೇಕು ಅಷ್ಟರಲ್ಲಿ ಸೋನು "ಡಿಯರ್
ನಿನಗೊಂದು ವಿಷಯ ಹೇಳಬೇಕು ಈ ಆಫೀಸ್ ನನ್ನದಲ್ಲ ನಿ
ನ್ನದು, ನಿನಗಾಗಿಯೆ ಇದರ ನಿರ್ಮಾಣ ಆಗಿದೆ.
ನೀನೇ ಇದಕ್ಕೆ ಬಾಸ್ "ಎಂದ
ತಕ್ಷಣ ಹೇಮಾಳ ಕಣ್ಣಲ್ಲಿ ನೀರು ಬಂದಿತ್ತು.
"ಸರಿ ನಿಮ್ಮದು ಅಳುವ ಕಾರ್ಯಕ್ರಮ ಮತ್ತೆ ಇಟ್ಟುಕೊಳ್ಳಿ ಈ
ಗ ಉದ್ಘಾಟನೆ ಮಾಡಿ "ಎಂದು ನಾನು ಅವರ ಗಮನ
ಬದಲಿಸಿದೆ. ಉದ್ಘಾಟನೆ
ಅಂತೂ ಆಯಿತು ಎಲ್ಲಾ ಸುಸೂತ್ರವಾಗಿ ನಡೆಯಿತು.
ಆಫೀಸ್ ಒಂದು ತಿಂಗಳಲ್ಲಿ ನಮ್ಮ
ರಾಜ್ಯದಲ್ಲಿ ಅತ್ಯುತ್ತಮ ಪ್ರಸಿದ್ಧಿಗೊಂಡಿತ್ತು.
ಸಣ್ಣದಾಗಿ ಆರಂಭವಾದ ಈ ಸಾನ್ವಿ ಡಿಸೈನ್ ಸಂಸ್ಥೆ ದೊಡ್ಡ
ಯಶಸ್ಸು ಕಂಡಿತ್ತು.

ನಾಲ್ಕು ತಿಂಗಳ ಬಳಿಕ

ಹೇಮಾಳಿಗೆ ಒಂದು ಕರೆ ಬಂದಿತ್ತು. ಆ ಕರೆ ಸ್ವೀಕರಿಸಿದಳು "

ಹೇ ಡಿಯರ್ ನೀನು ಅರ್ಜೆಂಟ್ ಆಗಿ ಗಾಯತ್ರಿ ಆಸ್ಪತ್ರೆ ಬಾ ,
ನಿನ್ನ ಮನೆಗೆ ಕಾರು ಕಳಿಸಿದ್ದೇನೆ ಬೇಗಾ
ಬಾ" ಎಂದು ಹೇಳಿ ಕರೆ ಇಟ್ಟಳು ಈ
ಕಡೆ ಹೇಮಾಳಿಗೆ ತುಂಬಾ ಭಯವಾಗಿತ್ತು
.ಹೇಮಾ ಆಸ್ಪತ್ರೆಗೆ ಬಂದಳು. "ಡಿಯರ್ ಏನಾಯಿತು ಹೇಳೇ "
ಎಂದು ತುಂಬಾ ಗಾಬರಿಯಿಂದ ಸೋನುವಿನಲ್ಲಿ ಕೇಳಿದಳು.
"ಅದು ಅದು ನಿನ್ನ ಗಂಡನಿಗೆ "
ಸೋನುವಿನ ಉತ್ತರಕ್ಕೆ "ಅವರಿಗೆ ಏನಾಯಿತು ಹೇಳೇ ಹೇಳೇ
ಬೇಗಾ, ನನಗೆ ತುಂಬಾ ಭಯ ಆಗ್ತಿದೆ ಹೇಳೇ "
ಎಂದಳು. "ಅವರಿಗೆ ಆಕ್ಸಿಡೆಂಟ್ ಆಯಿತು,
ಹೇಗೆ ಏನೂ ಗೊತ್ತಿಲ್ಲ ಡಾಕ್ಟರ್ ಕೂಡಾ ಇನ್ನು ಹೇಗಿದ್ದಾರೆ
ಅಂತಾ ಗೊತ್ತಿಲ್ಲ .
ನಾನು ನಿನಗೆ ಒಂದು ವಿಷಯ ಹೇಳಬೇಕು" ಅಂತಾ ಹೇಳುತ್ತಿ
ರುವಾಗ ನರ್ಸ್ ಬಂದು ಇಲ್ಲಿ ರತ್ನೇಶ್ ಕಡೆ ಅವರು
ಯಾರೂ ಎಂದು ಕರೆದರು ಹೇಮಾ ಓಡಿ
ಬಂದು ನಾನೆ ಅವರ ಹೆಂಡತಿ ಅವರು
ಹೇಗಿದ್ದಾರೆ ಅವರಿಗೆ ಏನೂ ಆಗಿಲ್ಲಾ ತಾನೆ ಎಂದು ಗಾಬರಿ
ಯಿಂದ ಕೇಳಿದಳು.
ಅದಕ್ಕೆ ಅವರಿಗೆ ಏನೂ ಆಗಿಲ್ಲ ಈಗ ಸೌಖ್ಯವಾಗಿದ್ವರೆ ನೀವು
ಈಗ ಡಾಕ್ಟನ್ನುರ್ ಭೇಟಿ ಆಗಿ ಎಂದು ಹೇಳಿದಾಗ
ಅವರು ಡಾಕ್ಟರ್ ನ್ನು ಭೇಟಿಯಾಗಿ ಬಂದರು .
ನನನ್ನು ಆಸ್ಪತ್ರೆಗೆ ಸೇರಿಸಿದ ವ್ಯಕ್ತಿ ಅಲ್ಲೆ ಇದ್ದರು ಅವರನ್ನ
ಇವರು ಭೇಟಿಯಾಗಿ ಅವರಲ್ಲಿ ಏನಾಯಿತು
ಅಂತಾ ಕೇಳೋಕೆ ಬಂದಾಗ ಅಲ್ಲಿ ನಿಂತ್ತಿದ್ದು ಮದನ್..ಅವ
ನನ್ನ ನೋಡಿ ಹೇಮಾ "ನೀನಾ ,
ನೀನು ಇಲ್ಲಿ ಕೂಡಾ ಬಂದಿಯಾ ನನ್ನ ನೆಮ್ಮದಿಯಿಂದ
ಇರಲು ಬಿಡುದಿಲ್ಲವಾ..? "ಎಂದು ಬೈಯ್ಯುತ್ತಿದ್ದಳು. "ಅರೆ ನೀ

ನು ಸ್ವಲ್ಪ ಸುಮ್ಮನಿರು ಆಮೇಲೆ ವಿಷಯ
ಏನೆಂದು ಕೇಳು ಆಮೇಲೆ ಬೈಯ್ಯಿ "ಎಂದು ಹೇಮಾಳನ್ನ
ಸಮಾಧಾನ ಪಡಿಸಿದಳು ಸೋನು.
."ಅದೇನೇಯಿ
ತು ಎಂದು ನೀವು ಹೇಳಿ "ಎಂದು ಸೋನು ಮದನ್
ನಲ್ಲಿ ಕೇಳಿದಳು "
ಅದು ನಾನು ಹೆಂಡತಿ ಮತ್ತು ಮಗು ಹೊರಗೆ ಶಾಪಿಂಗ್ ಅಂ
ತಾ ಬಂದಿದ್ವೆವು ಆಗ ನನ್ನ ಮಗು ರೋಡ್
ನಲ್ಲಿ ಆಡುತ್ತ ಬಂದಿತ್ತು.
ಎದುರುಗಡೆ ಯಿಂದ ದೊಡ್ಡ ಟ್ರಕ್ ಬರುವುದನ್ನು ರತ್ನೇಶ್
ನವರು ನೋಡಿ ನನ್ನ ಮಗುವನ್ನು ಸೇಫ್ ಮಾಡಲು ಹೋಗಿ
ಅವರ ಪ್ರಾಣಕ್ಕೆ ಕುತ್ತು ತಂದುಕೊಂಡರು.
ಅನಂತರ ನಾವು ಓಡಿ ಬಂದು ಅವರನ್ನ ಆಸ್ಪತ್ರೆಗೆ ಸೇರಿಸಿದೆ
"ಎಂದು ದುಃಖ ದಿಂದ ಮದನ್ ನಡೆದ ಘಟನೆ ವಿವರಿಸಿದನು.

"

ನೋಡಿದ್ಯಾ ಈವಾಗ ವಿಷಯ ಗೊತ್ತು ಆಯ್ತು ತಾನೆ ಈಗ
ಯಾರನ್ನ ಬೈಯ್ಯಬೇಕು ಬಯ್ಯಿ.
ಅಲ್ಲಾ ನೀನು ಅಂತ ಒಳ್ಳೆ ಗಂಡನಿಗೆ ಡೈವೋರ್ಸ್ ಕೊಡಬೇ
ಕು ಅಂತಾ ಇದ್ದಿ ತಾನೆ. ನಿನ್ನನ್ನ ಪೆದ್ದು ಅನ್ನಬೇಕೊ
ಅಥವಾ ಹುಚ್ಚುತನ ಅನ್ನಬೇಕೋ ಗೊತ್ತಿಲ್ಲ,
ಅವತ್ತು ಅವರು ಹೇಳಿದ್ದರು
ಈ ವಿಷಯ ನಿನಗೆ ತಿಳಿಯಬಾರದೆಂದು ಆದರೆ ಇವತ್ತು ಹೇ
ಳಲೆ ಬೇಕು.
ನೀನು ಅಂದುಕೊಂಡಂತೆ ಸಾನ್ವಿ ಡಿಸೈನ್ ಸಂಸ್ಥೆ ನಾನು ನಿ
ರ್ಮಿಸಲಿಲ್ಲಾ ಎಲ್ಲಾ ಅವರದ್ದೇ ಅವರೇ ಲೋನ್ ಮಾಡಿ ನಿ
ನಗಾಗಿ ನಿನ್ನ ಕನಸನ್ನ ನಿಜಮಾಡಿದರು.

ನಾನು ಕೇವಲ ಸಲಹೆ ಮತ್ತು ಸಹಾಯ ಮಾಡಿದ್ದೆ ಅಷ್ಟೇ.
“ಎಂದು ಎಲ್ಲಾ ವಿಷಯವನ್ನು ಅವಳಿಗೆ ತಿಳಿಸಿದಳು ಸೋನು
.

ಕಣ್ಣಲ್ಲಿ ನೀರು ತುಂಬಿತ್ತು.
ಓಡಿ ಹೋಗಿ ನರ್ಸ್ ಬಳಿ ಕೇಳಿದಳು ನಾನು ಅವರನ್ನ ನೋಡಬಹುದಾ ಅಂತಾ.
ಆಗಲ್ಲ ಅಂತಾ ಹೇಳಿದರು ಹಠ ಹಿಡಿದು ಒಳಗೆ ಬಂದಳು ನನ್ನ ಗಟ್ಟಿಯಾಗಿ ತಬ್ಬಿಕೊಂಡು ಅತ್ತಳು. ಅರೆ ಪ್ರಜ್ಞೆಯಲ್ಲಿದ್ದ ನಾನು “ಏನಾಯ್ತು ಕಣೆ
ನನ್ನ ಮುದ್ದು ಪಾಪಚ್ಚಿ “ಎಂದೆ ಅದಕ್ಕೆ ನಿಮಗೆ ಹುಶಾರ್ ಇಲ್ಲಾ ತಾನೆ ಸುಮ್ಮನೆ ಮಲಗಿ ನಾನು ಎಲ್ಲಾ ಮತ್ತೆ ಹೇಳುವೆ ಎಂದು ನನಗೆ ಗದರಿದಳು. ನನ್ನ ಕೈ ಯನ್ನು ಗಟ್ಟಿಯಾಗಿ ಹಿಡಿದು ಮೆಲ್ಲನೆ “ಮುದ್ದು I love you “ಹೇಳಿದಳು.
ನನಗೆ ಕೇಳಿಸಿದರು “ಏನು ಹೇಳಿದೆ “
ಎಂದು ಕೇಳಿದಾಗ “ಏನಿಲ್ಲ “ಎಂದಳು.
ಆಗ ಡಾಕ್ಟರ್ ಬಂದು ಚೆಕ್‌ಅಪ್ ಮಾಡಿ.
ವಾರ್ಡ್ಗೆ ಶಿಫ್ಟ್ ಮಾಡಿಸಿದರು. 1
ವಾರದ ಬಳಿಕ ನನ್ನ ಡಿಸ್ಚಾರ್ಜ್ ಎಂದು ಬೇರೆ ಹೇಳಿದ್ದರು.
ಹೇಮಾ ಪಾಪ ಒಂದು ವಾರ ನನ್ನ
ನನ್ನೊಂದಿಗೆ ಆಸ್ಪತ್ರೆಯಲ್ಲಿಯೆ ಇದ್ದಳು.
ನನಗೆ ಊಟ ಮಾಡಿಸಿ ಮಲಗಿಸಿತಿದ್ದಳು.

ಒಂದು ದಿನ ಊಟ ಮಾಡಿಸುತ್ತಾ ಇದ್ದಳು ನಾನು ಮೆಲ್ಲನೆ “I love you ಪಾಪಚ್ಚಿ “ ಅಂತಾ helide. ಅದಕ್ಕೆ ಅವಳು “ I love you - 2” ಅಂತಾ ಮೆಲ್ಲನೆ ಉತ್ತರಿಸಿದಳು.
ಅದಕ್ಕೆ ನೀನು ಏನೂ ಹೇಳಿದೆ ಪುನಃ ಹೇಳು ಎಂದೆ ಅದಕ್ಕೆ

ನನ್ನವಳು

ಅವಳು ಪುನಃ "I love you -2 "ಎಂದಳು.
ಕಣ್ಣಲ್ಲಿ ಕಣ್ಣೀರು ಬಂತು ಅವಳನ್ನ ಗಟ್ಟಿಯಾಗಿ ಅಪ್ಪಿಕೊಂ
ಡೆ.
ಅಲ್ಲಿಂದ ಶುರುವಾಯಿತು ನನ್ನ ಹೊಸ ಪ್ರೇಮ ಜೀವನ ನನ್ನ
ವಳೊಂದಿಗೆ.

ಮುಕ್ತಾಯ.
ಧನ್ಯವಾದಗಳು.

ಲೇಖಕರು
Rathnesh Belman

www.ingramcontent.com/pod-product-compliance
Lightning Source LLC
Chambersburg PA
CBHW022330200825
31452CB00029B/208
* 9 7 8 9 3 5 4 3 8 4 9 9 8 *